Tex-Mex nóng hổi: Hành trình ẩm thực qua hương vị Tây Nam

AF744960

100 CÔNG THỨC TUYỆT VỜI VÀ CHÍNH XÁC

Lan Nguyễn

MỤC LỤC

GIỚI THIỆU

Chào mừng bạn đến với "Tex-Mex nóng hổi: Hành trình ẩm thực qua hương vị Tây Nam"! Cuốn sách dạy nấu ăn này mời bạn dấn thân vào một cuộc phiêu lưu ẩm thực thú vị, khám phá thế giới ẩm thực Texas-Mex sôi động và hấp dẫn. Với sự kết hợp các hương vị từ Texas và Mexico, phong cách ẩm thực độc đáo này kết hợp những gì tốt nhất của cả hai thế giới, tạo ra sự pha trộn hấp dẫn giữa các món khói, cay và mặn sẽ làm hài lòng vị giác của bạn.

Trong cuốn sách dạy nấu ăn này, chúng tôi sẽ đưa bạn tham gia một chuyến tham quan ẩm thực của Tex-Mex, giới thiệu nhiều công thức nấu ăn phản ánh di sản văn hóa phong phú và truyền thống ẩm thực của vùng Tây Nam nước Mỹ. Cho dù bạn là một đầu bếp dày dạn kinh nghiệm hay người mới bắt đầu vào bếp, cuốn sách này đều có thứ gì đó dành cho tất cả mọi người. Từ ớt thịnh soạn và món fajitas nóng hổi đến món enchiladas phô mai và salsas nồng nàn, mỗi công thức đều được chế biến cẩn thận để đảm bảo độ ngon và chân thực.

Xuyên suốt các trang của "**Tex-Mex nóng hổi**", chúng tôi sẽ không chỉ cung cấp cho bạn hướng dẫn từng bước để tạo ra những món ăn ngon miệng mà còn chia sẻ những câu chuyện hấp dẫn và hiểu biết sâu sắc về nguồn gốc cũng như ảnh hưởng đằng sau nền ẩm thực được yêu thích này. Bạn sẽ khám phá các thành phần chính tạo nên

Tex-Mex, tìm hiểu về các kỹ thuật được sử dụng để đạt được những hương vị đậm đà đó và nhận được các mẹo có giá trị để tùy chỉnh công thức nấu ăn phù hợp với sở thích của bạn.

Vì vậy, hãy lấy tạp dề của bạn và sẵn sàng mang tinh thần của Tây Nam vào nhà bếp của bạn. Cho dù bạn đang tổ chức một buổi họp mặt lễ hội, chuẩn bị bữa tối trong tuần hay chỉ đơn giản là thèm một hương vị ẩm thực Tex-Mex bốc lửa và đầy hương vị, cuốn sách nấu ăn này sẽ là người bạn đồng hành đáng tin cậy của bạn. Hãy để hương thơm của thì là, ớt và rau mùi tươi tràn ngập ngôi nhà của bạn khi bạn khám phá kho tàng ẩm thực của "Sizzling Tex-Mex" và bắt đầu hành trình thưởng thức ẩm thực.

ĐỒ ĂN NHẸ

1. Khoai lang nướng tỏi

4 phần ăn

Thành phần

- 1-1/2 pound khoai lang chưa gọt vỏ, cắt thành miếng 1/2-inch
- 12 tép tỏi, bóc vỏ và cắt làm đôi
- 1 muỗng canh dầu ô liu siêu nguyên chất
- 1-2 muỗng canh ớt Serrano hoặc ớt jalapeño băm nhỏ 3/4 muỗng cà phê cỏ xạ hương khô 1/2 muỗng cà phê muối kosher
- 1/2 muỗng cà phê tiêu

Hướng

a) Làm nóng lò nướng và chảo của bạn. Đặt chảo chống nóng 12 inch hoặc đĩa soong đủ lớn để chứa khoai tây thành một lớp trong lò, vặn nhiệt độ đến 375°F và làm nóng chảo trong 30 phút.
b) Trộn các thành phần với nhau. Trong khi chảo đang nóng, kết hợp tất cả các thành phần trong một cái bát.
c) Nướng khoai tây. Lấy chảo đã đun nóng ra khỏi lò và ngay lập tức phân bổ đều các nguyên liệu đã trộn. Đặt chảo vào lò nướng và nướng khoai tây trong 45 phút, đảo đều 15 phút một lần để chúng chín đều.

2. Súp lơ nướng

4 phần ăn

Thành phần

- 1 đầu súp lơ rất lớn (khoảng 1 pound 6 ounce sau khi cắt tỉa), cắt thành những bông hoa có đường kính 1-3 inch
- 1-1/2 muỗng canh dầu ô liu nguyên chất
- Hạt tiêu đen mới xay, để nếm thử
- 8 tép tỏi, băm nhỏ
- 2 muỗng canh phô mai dê, hoặc Parmesan thay thế

Hướng

a) Làm nóng lò nướng của bạn ở nhiệt độ 375°F.
b) Chuẩn bị và nướng súp lơ. Xếp các bông hoa vào khay nướng có thể chứa chúng thành một lớp, cuống hướng lên trên.
c) Thêm dầu ô liu, hạt tiêu, một nửa số tỏi và bánh mì nướng. Nướng trong 25 phút.
d) Nếu súp lơ có màu nâu ở mặt dưới, hãy lật nó để mặt có màu nâu hướng lên trên. Nếu mặt dưới chưa chuyển sang màu nâu, hãy tiếp tục rang cho đến khi chuyển sang màu nâu, sau đó lật lại và thêm phần tỏi còn lại. Hạ nhiệt xuống 350°F và tiếp tục rang cho đến khi súp lơ mềm và chín vàng, 20-25 phút hoặc tổng cộng 45-55 phút.
e) Kết thúc món ăn. Khi súp lơ mềm và có màu vàng nâu, lấy ra khỏi lò và rắc ngay phô mai lên trên.

3. cà rốt nướng

4 phần ăn

Thành phần

- 1-1/2 pound cà rốt, gọt vỏ và cắt miếng
- 6 tép tỏi, bóc vỏ và đập dập
- 1-1/2 muỗng canh dầu ô liu nguyên chất
- 1/4 muỗng cà phê cỏ xạ hương khô
- Hạt tiêu đen mới xay, để nếm thử
- 1/4 muỗng cà phê muối

Hướng

a) Làm nóng lò nướng của bạn ở nhiệt độ 400 ° F.
b) Cho cà rốt vào chảo sắt 12 inch hoặc khay nướng đủ lớn để xếp cà rốt thành một lớp. Khuấy các thành phần còn lại, đậy nắp chảo bằng giấy bạc và nướng trong 30 phút. Lấy giấy bạc ra và tiếp tục nướng trong 20 phút.
c) Khuấy và nướng thêm 5-10 phút hoặc cho đến khi cà rốt chín vàng.

4. Pozole món ăn phụ

Khoảng 10 phần ăn

Thành phần

- 1-1/2 chén hominy khô
- 1/2 chén hành tây xắt nhỏ
- 1/2 chén ớt xanh tươi rang, bóc vỏ và thái nhỏ New Mexico, Anaheim hoặc Poblano
- 1 muỗng cà phê lá oregano khô
- 1/4 chén cà chua xắt nhỏ
- 3/4 muỗng cà phê muối
- 1/2 muỗng cà phê tiêu đen mới xay

Hướng

a) Ngâm hominy. Một ngày trước khi bạn định phục vụ món Pozole, hãy đặt hominy vào một cái bát, ngập nước vài inch và ngâm ở nhiệt độ phòng trong 24 giờ.
b) Nấu Pozole. Xả hominy và loại bỏ nước ngâm. Rửa sạch hominy, cho vào nồi và đổ nước ngập 2 inch. Đun sôi, thêm các thành phần còn lại và đun nhỏ lửa, đậy nắp một phần, cho đến khi hạt chín và có vẻ như sắp vỡ ra, khoảng 2-2-1/2 giờ.
c) Mở nắp nồi và tiếp tục đun nhỏ lửa cho đến khi gần như toàn bộ chất lỏng đã bay hơi.

5. Xương rồng nướng

4 phần ăn

Thành phần

- 4 quả lê gai cỡ vừa nhưng mỏng
- bình xịt nấu ăn

Hướng

a) Đốt lửa than hoặc củi hoặc làm nóng lò nướng gas ở nhiệt độ cao.
b) Chuẩn bị cây xương rồng. Loại bỏ bất kỳ gai hoặc nút thắt nào khỏi mái chèo bằng dao gọt hoặc phần cuối của dụng cụ gọt rau củ, sử dụng kẹp và hết sức cẩn thận để không bị gai làm tổn thương. Cắt bỏ và loại bỏ khoảng 1/4 inch tính từ chu vi của mỗi mái chèo. Tạo các lát song song trên mái chèo theo chiều dọc cách nhau khoảng 1 inch, từ đỉnh tròn đến trong khoảng 2 inch tính từ đế của mỗi mái chèo. Quăng muối đủ để phủ cả hai mặt của các mái chèo và để chúng ngồi trong 15 phút trong một cái chao hoặc trên đĩa.
c) Nướng xương rồng. Rửa sạch muối, lau khô xương rồng và xịt đều hai mặt bằng bình xịt nấu ăn. Nướng cả hai mặt cho đến khi chín mềm và dùng với đồ nướng.

6. Chiles Anchos Rellenos

4 phần ăn

Thành phần

Đối với người Chile

- 1 muỗng canh dầu
- 2 chén hành trắng thái lát mỏng
- 3 tép tỏi, bóc vỏ và đập dập
- 2 muỗng canh bột me hòa tan trong 2 cốc nước nóng
- 1 chén melao (xi-rô mía) hoặc đường nâu
- 1/2 muỗng cà phê lá oregano khô
- 1/2 muỗng cà phê húng tây khô
- 1/2 thìa cà phê muối
- 8 quả ớt neo vừa đến lớn, cắt dọc 1 bên, bỏ hạt

để làm đầy

- 4 chén khoai lang nướng tỏi
- cà rốt nướng
- 2 ounce phô mai dê, nạo
- nhúm muối
- 2 muỗng cà phê dầu ô liu siêu nguyên chất

Hướng

a) Chuẩn bị ớt. Đun nóng dầu trên lửa nhỏ đến trung bình trong một cái chảo cỡ trung bình. Thêm hành tây và nấu cho đến khi nó hơi nâu. Thêm tỏi và nấu thêm một phút nữa.

b) Khuấy nước có hương vị me, melao, oregano, húng tây và muối.

c) Thêm ớt, đậy nắp và nấu ở nhiệt độ thấp trong 10 phút. Lấy chảo ra khỏi bếp, đậy nắp và để nguội trong ít nhất 10 phút.

d) Làm nhân bánh. Trong khi ớt đang nguội, kết hợp khoai lang và / hoặc cà rốt và queso fresco hoặc panela. Đánh đều muối và dầu rồi trộn với rau.

e) Nhồi và phục vụ ớt. Sử dụng một cái muỗng có rãnh lớn, vớt ớt ra rây và để ráo nước trong 5 phút.

f) Cẩn thận múc khoảng 1/4 cốc nhân vào từng quả ớt và đặt 2 quả lên mỗi đĩa trong số bốn đĩa. Thìa một ít hành tây trên mỗi khẩu phần và phủ pho mát lên trên. Phục vụ ở nhiệt độ phòng.

7. Khoai tây nướng hương thảo với đậu đen

4 phần ăn

Thành phần

- 1/4 chén dầu ô liu nguyên chất
- 3 tép tỏi, chưa bóc vỏ
- 3 muỗng canh lá hương thảo tươi
- 2/3 cốc nước
- Quét 1/4 muỗng cà phê muối
- 12 ounce khoai tây vàng nâu hoặc Yukon, cắt thành miếng 3/4 inch
- 2 quả ớt jalapeño, loại bỏ hạt và gân, cắt thành những viên tròn dày 1/8 inch
- 1 chén đậu đen nấu chín và rửa sạch
- 2 quả cà chua Roma, xắt thành miếng 1/2-inch
- 1 quả bơ lớn, cắt thành miếng 1/2-inch
- 1/4 chén rau mùi thái nhỏ
- 3/4 cốc vụn, một phần sữa tách béo
- Pho mát dê
- 2 muỗng canh nước sốt nóng, chẳng hạn như Sriracha
- 1/4 chén kem chua hoặc tofutti

Hướng

a) Làm dầu thơm. Cho dầu, tỏi và lá hương thảo vào hộp an toàn với lò vi sóng và quay trong 30 giây ở chế độ Cao. Đợi 15 giây và lặp lại.

b) Đậy nắp, để đĩa ở nhiệt độ phòng trong 2-3 giờ, sau đó lọc dầu sang một đĩa khác, bỏ tỏi và hương thảo. Khuấy nước, muối và dự trữ.

c) Nướng khoai tây. Làm nóng lò nướng của bạn ở nhiệt độ 425°F. Đặt khoai tây vào chảo gang 9 inch hoặc đĩa tương tự an toàn cho lò nướng, thêm hỗn hợp dầu-nước và đun sôi ở nhiệt độ trung bình cao. Cho chảo vào lò nướng trong 30 phút.

d) Lấy ra khỏi lò, cho các viên jalapeño vào, lật khoai tây và nướng thêm 15 phút hoặc cho đến khi khoai tây có màu nâu vàng giòn.

e) Trộn các loại rau. Trong khi nướng khoai tây, trộn đậu đen, cà chua, bơ và rau mùi vào một cái bát rồi dự trữ. Kết thúc món ăn. Chia khoai tây thành bốn đĩa, trên cùng với các phần bằng nhau của hỗn hợp rau và trang trí với pho mát, nước sốt nóng và kem chua hoặc đậu phụ.

8. trứng tráng thịt bò

Năng suất: 4 phần ăn

Nguyên liệu

- 3 chuối rất chín
- Dầu để chiên
- 1 Củ hành; băm nhỏ
- $\frac{1}{2}$ tiêu xanh; băm nhỏ
- 2 tép tỏi
- $\frac{1}{2}$ cân Thịt bò xay (mình hay ăn)
- $\frac{1}{4}$ cốc Nước sốt cà chua
- 1 muỗng canh bạch hoa
- 1 muỗng canh Ô liu xanh cắt lát (tùy chọn)
- Muối và tiêu
- $\frac{1}{2}$ cân đậu xanh; tươi hoặc đông lạnh, cắt thành miếng 3 inch
- 6 trứng
- $\frac{1}{4}$ cốc Bơ

Hướng

a) Gọt vỏ chuối, cắt thành lát dày 2 inch theo chiều dọc và chiên trong dầu cho đến khi vàng nâu. Vớt ra, để ráo nước và giữ ấm. Trong chảo, xào hành tây, tiêu xanh và tỏi cho đến khi mềm nhưng không chuyển sang màu nâu.
b) Thêm thịt bò xay và chiên ở nhiệt độ cao trong 3 phút.
c) Đổ nước sốt cà chua và thêm nụ bạch hoa và ô liu, nếu muốn.
d) Nấu 15 phút trên lửa vừa, thỉnh thoảng khuấy. Nêm muối và hạt tiêu cho vừa ăn. Đậu que rửa sạch, hấp chín mềm. Đánh trứng, thêm muối và hạt tiêu cho vừa ăn. Bơ các mặt và đáy của một cái soong tròn và đun chảy phần

bơ còn lại ở đáy. Đổ một nửa số trứng đã đánh vào và nấu trên lửa vừa trong khoảng 1 phút hoặc cho đến khi hơi se lại.

e) Phủ một phần ba số lát chuối lên trứng, tiếp theo là các lớp gồm một nửa thịt xay và một nửa đậu que. Thêm một lớp chuối khác, thịt bò xay còn lại, một lớp đậu khác và phủ chuối lên trên. Đổ phần trứng đã đánh còn lại lên trên.

f) Nấu trên lửa nhỏ trong 15 phút, không đậy nắp, cẩn thận không để trứng tráng bị cháy.

g) Sau đó đặt vào lò nướng 350 độ đã làm nóng trước trong 10 đến 15 phút để làm nâu mặt trên.

h) Ăn với cơm và đậu. Tuyệt vời cho bữa trưa.

9. bánh bột gạo

Năng suất: 24 Bánh

Nguyên liệu

- 2 tách Sữa
- 2 lạng Bơ
- $\frac{3}{4}$ muỗng cà phê Muối
- 2 tách Cơm rất ngon
- 2 thìa cà phê bột nở
- 3 trứng
- $\frac{1}{2}$ cân Phô mai trắng nhẹ
- Mỡ lợn hoặc dầu thực vật để chiên ngập dầu

Hướng

a) Kết hợp bột gạo và bột nở và trộn với các thành phần trong chảo. Thêm từng quả trứng vào và trộn đều.
b) Nấu trên lửa vừa phải, khuấy liên tục bằng thìa gỗ cho đến khi hỗn hợp tách ra khỏi thành và đáy chảo.
c) Loại bỏ nhiệt. Nghiền phô mai bằng nĩa và thêm. Trộn kỹ.
d) Thả hỗn hợp từng thìa vào chất béo, đun nóng đến 375 độ, cho đến khi có màu nâu. Vớt ra giấy thấm cho ráo nước.

MÓN CHÍNH

10. Gà sốt hạnh nhân

Năng suất: 1 phần ăn

Nguyên liệu

- $3\frac{1}{2}$ cân Anh Thịt gà; cắt miếng phục vụ
- Bột mì
- $\frac{1}{4}$ cốc dầu ô liu
- 1 phương tiện Củ hành; Thái nhỏ
- 1 Tỏi đinh hương; băm nhỏ
- $\frac{1}{2}$ cốc Cà chua; bóc vỏ/thái nhỏ
- 1 nhánh mùi tây; (tối đa 2)
- 2 inch que quế
- 4 toàn bộ đinh hương
- 2 tách Canh gà
- $\frac{1}{2}$ cốc Hạnh nhân tái nhợt
- Muối
- $\frac{1}{4}$ thìa cà phê tiêu sọ
- 2 thìa cà phê Nước cốt chanh hoặc chanh
- 2 trứng

Hướng

a) Lăn miếng thịt gà bằng bột mì, lắc để loại bỏ phần thừa.

b) Đun nóng dầu trong chảo và chiên gà cho đến khi vàng. Chuyển sang một soong nặng. Xào hành và tỏi trong chảo rồi cho gà vào cùng với cà chua, mùi tây, quế, đinh hương và nước dùng gà. Nghiền hạnh nhân trong máy xay điện ở tốc độ cao và thêm vào soong. Nêm muối, nếu cần và tiêu trắng.

c) Đậy nắp và đun nhỏ lửa cho đến khi gà mềm, khoảng 45 phút.

d) Lấy các miếng gà ra đĩa phục vụ và giữ ấm. Hớt bớt dầu mỡ ra khỏi nước sốt và giảm lượng nước sốt còn 2 cốc trên lửa lớn.

e) Điều chỉnh gia vị và lọc nước sốt qua rây mịn. Đặt trên nhiệt độ thấp. Đánh trứng với nước cốt chanh. Đổ $\frac{1}{2}$ chén nước sốt lên trứng, đánh bằng máy đánh trứng.

f) Sau đó đổ hỗn hợp trứng vào nước sốt, đánh liên tục trên lửa nhỏ cho đến khi nước sốt đặc lại. Đừng để nước sốt sôi vì nó sẽ đông lại. Đổ lên gà.

g) Ăn với cơm trắng.

11. Cá tuyết au gratin

Năng suất: 1 phần ăn

Nguyên liệu

- 1 đồng Bacalao
- 3 muỗng canh Bơ
- 1 lớn Củ hành; băm nhỏ
- 1 muỗng canh Bột mì
- 1 tép tỏi; nghiền
- 2 thìa cà phê bột cà chua
- 1 lá nguyệt quế
- ½ cốc Rượu vang trắng khô
- 1 cái ly Nước
- 1 muỗng canh Nước chanh
- 2 muỗng canh ô liu cắt lát
- 1 muỗng canh rau mùi tây sạch; băm nhỏ
- 2 muỗng canh thái lát nấm
- Muối và hạt tiêu tươi để nếm
- 2 muỗng canh Parmesan cheese; nạo
- 1 phương tiện Khoai tây; bóc vỏ, nấu chín và hơi nghiền

Hướng

a) Ngâm cá trong nước ngập ít nhất 4 tiếng. loại bỏ bất kỳ da và xương, và flake bằng một cái nĩa. bơ một cái soong 2 lít với 1 muỗng canh bơ và đậy đáy bằng cá tuyết.
b) Đun nóng bơ còn lại trong chảo trên lửa vừa, thêm hành tây và xào cho đến khi có màu nâu. Khuấy bột và tỏi, trộn đều. Thêm bột cà chua, lá nguyệt quế, rượu, nước và nước cốt chanh.
c) Giảm nhiệt và nấu, khuấy cho đến khi hỗn hợp đặc lại. Thêm ô liu, rau mùi tây và nấm, sau đó nếm muối và hạt

tiêu. khuấy và nấu 3 phút. Lấy nước sốt ra khỏi bếp và đổ lên cá trong soong. Rắc phô mai và lót khoai tây ở các góc của soong.

d) Nướng trong lò làm nóng trước 350 độ trong 35 phút hoặc cho đến khi mặt trên có màu vàng nâu. phục vụ với salad xanh.

12. đậu Mexico

Năng suất: 4 phần ăn

Nguyên liệu

- 1 đồng đậu khô
- 1 Hành tây, thái hạt lựu
- $\frac{1}{4}$ Ớt xanh, thái hạt lựu
- 3 Tép tỏi, thái hạt lựu
- 8 giống beo Nước sốt cà chua
- 2 muỗng canh dầu ô liu
- 2 thìa cà phê Muối
- 1 muỗng cà phê Muối
- 2 tách Nước
- 1 cái ly Gạo, hạt dài

Hướng

a) CHUẨN BỊ ĐẬU: Ngâm đậu ít nhất 2 tiếng (qua đêm cũng được). Thay nước và đun sôi.

b) Thêm hành tây, hạt tiêu và tỏi; đậy nắp và đun nhỏ lửa trong 1 giờ.

c) Thêm nước sốt cà chua, dầu ô liu và muối: đậy nắp và đun nhỏ lửa thêm 1 giờ nữa.

d) Đun sôi nước. Thêm gạo và muối.

e) Đậy nắp và để nhỏ lửa trong 20 phút.

13. Cá chiên sốt

Năng suất: 12 phần ăn

Nguyên liệu

- $\frac{1}{2}$ cốc dầu ô liu
- $2\frac{1}{2}$ cân Anh Hành tây, bóc vỏ và thái lát
- $1\frac{1}{2}$ cốc Nước
- 24 Ô liu nhồi với pimientos
- 2 muỗng canh bạch hoa
- 1 lon 4 oz. pimientos, cắt thành lát nhỏ trong nước ép của họ
- 2 lon (8 oz.) sốt cà chua
- 2 muỗng canh Giấm
- 1 muỗng canh Muối
- 2 lá nguyệt quế
- 4 cân lát cá
- 2 muỗng canh Muối
- 1 cái ly dầu ô liu
- 4 lớn Tỏi bóc vỏ, đập dập

Hướng

a) Chuẩn bị nước sốt bằng cách trộn các nguyên liệu và nấu trên lửa vừa phải trong khoảng 1 giờ.

b) Khi nước sốt gần cạn, nêm cá với muối có trong phần B và phủ một chút bột mì rồi chiên như sau: Cho dầu và tỏi vào chảo. Phi tỏi trên lửa vừa phải. Bỏ tỏi và đặt vào chảo sao cho nhiều lát cá vừa với nó. Nướng ở nhiệt độ vừa phải ở cả hai mặt, giảm nhiệt xuống thấp và nấu trong 15 phút hoặc cho đến khi cá dễ dàng bong ra khi thử bằng nĩa.

c) Đặt cá vào khuôn và phủ nước sốt nóng và để yên trong 5 phút.

14. Thịt bò hầm

Năng suất: 1 phần ăn

Nguyên liệu

- 3 muỗng canh Dầu thực vật
- 1½ cân Anh Thịt bò hầm; cắt thành 1 1/2-inch
- 1 lớn Củ hành; băm nhỏ
- 3 lớn tép tỏi; băm nhỏ
- 1 muỗng canh Măng tây tươi
- 4 nhánh cỏ xạ hương tươi hoặc 1 thìa cà phê khô; vỡ vụn
- 4 lá nguyệt quế
- 2 muỗng canh tất cả các mục đích sàn
- 2 lon canh thịt bò; (14 1/2 ounce)
- 2 tách Rượu vang đỏ khô
- 4 lớn Những quả khoai tây
- 3 lớn Cà rốt
- ½ cân đậu xanh; tỉa, một nửa
- Măng tây tươi

Hướng

a) Đun nóng dầu trong một cái nồi lớn nặng hoặc lò kiểu Hà Lan ở nhiệt độ cao. Thêm thịt bò theo mẻ và màu nâu. Dùng muỗng có rãnh, chuyển thịt bò vào tô. Thêm hành tây và tỏi vào nồi và xào trong 5 phút. Thêm mùi tây, cỏ xạ hương, lá nguyệt quế và bột mì. Khuấy 2 phút.

b) Dần dần trộn trong nước dùng và rượu vang. Cho thịt bò trở lại nồi và đun sôi hỗn hợp. Giảm nhiệt xuống mức trung bình thấp và đun nhỏ lửa trong 45 phút.

c) Cho khoai tây, cà rốt vào hầm. Đun nhỏ lửa cho đến khi thịt và rau mềm, thỉnh thoảng khuấy, khoảng 30 phút.

Thêm đậu xanh và đun nhỏ lửa cho đến khi đậu mềm và hơi đặc lại, khoảng 10 phút.

d) Chuyển món hầm sang một bát lớn. Trang trí với rau mùi tây xắt nhỏ và phục vụ.

15. Súp đậu đen Mexico

Năng suất: 1 phần ăn

Nguyên liệu

- 4 cốc rau quả; (hoặc thịt gà) kho (tối đa 6)
- 2 tách Đậu đen rửa sạch
- ½ cốc Cần tây xắt nhỏ
- 2 lớn Cà rốt; thái hạt lựu
- 1 phương tiện hành tím; thái hạt lựu
- ¼ cốc Giấm
- 1 muỗng cà phê vỏ cam hoặc chanh; nạo
- ½ thìa cà phê Quế
- 1 nhúm Cayenne; nếm thử
- 2 thìa cà phê Tỏi; Thái nhỏ

Hướng

a) Bắt đầu với 4 cốc nước dùng -- và thêm nhiều hơn nếu cần, tùy thuộc vào việc bạn muốn món súp đặc hay món ăn kèm với gạo lứt.

b) Cho tất cả các nguyên liệu vào nồi và nấu từ từ trong ba giờ. Dọn cơm gạo lức đã nấu chín ở đáy bát cùng với các loại gia vị sau để thêm hương vị: kem chua hoặc sữa chua không béo, hành lá xắt nhỏ, hành tím xắt nhỏ, cà chua xắt nhỏ, rau mùi tây xắt nhỏ, salsa. Phục vụ với một ổ bánh mì Pháp, bánh ngô nóng hoặc bánh mì pita.

16. Món caldo gallego của người Mexico

Năng suất: 6 phần ăn

Nguyên liệu

- $\frac{1}{2}$ cân đậu trắng khô; ngâm qua đêm,
- Và ráo nước
- 1 đồng Đùi gà
- $\frac{1}{2}$ cân xúc xích chorizo của Tây Ban Nha hoặc Mexico; cắt thành 1/2" miếng
- $\frac{1}{2}$ cân Giăm bông; băm nhỏ
- $\frac{1}{4}$ bảng Anh thịt lợn muối; thái hạt lựu
- 1 phương tiện hành tím; gọt vỏ và cắt nhỏ
- 3 tép tỏi; gọt vỏ và cắt nhỏ
- 2 thìa cà phê nước sốt Worrouershire
- Sốt tiêu; vài dấu gạch ngang để nếm thử
- $2\frac{1}{2}$ lít Nước
- $\frac{1}{2}$ cân Những quả khoai tây; bóc vỏ,
- và thái lát
- $\frac{1}{2}$ cân cải bẹ xanh; thái lát mỏng
- 2 tách Cải xoăn; thân cây cứng được loại bỏ,
- Và thái lát mỏng
- $\frac{1}{2}$ cân Củ cải; bóc vỏ,
- và thái lát
- Muối; nếm thử
- Hạt tiêu vừa mới nghiền; nếm thử
- Thì là tươi xắt nhỏ để trang trí; (không bắt buộc)

Hướng

a) Cho đậu đã ráo nước, thịt gà, chorizo, giăm bông, thịt lợn muối, hành, tỏi, sốt Worcestershire, sốt Tabasco và nước vào nồi súp 6 đến 8 lít.

b) Đun sôi, sau đó vặn nhỏ lửa. Nấu, đậy nắp, trong 45 phút.
c) Lấy các miếng gà ra khỏi nồi và gỡ xương. Đặt thịt sang một bên và loại bỏ xương. Thêm các Thành phần còn lại trừ muối, hạt tiêu và thịt gà vào nồi. Đun nhỏ lửa, đậy nắp trong 25 phút, sau đó thêm muối và hạt tiêu.
d) Cho thịt gà trở lại nồi và đun nhỏ lửa trong vài phút nữa. Top với thì là tùy chọn.

17. đậu gà Mexico

Năng suất: 4 phần ăn

Nguyên liệu

đậu xanh

- 1 đồng Đậu xanh
- $2\frac{1}{2}$ lít Nước
- 2 muỗng canh Muối

Quả bí ngô

- $2\frac{1}{2}$ lít Nước
- $1\frac{1}{4}$ cân Anh Bí ngô -- hoặc bí cắt nhỏ
- 6 ounce Chorizo - miếng vừa ăn

Nước sốt Sorfrito

- 1 muỗng cà phê Dầu thực vật
- $\frac{1}{2}$ ounce Thịt nguội -- thái hạt lựu
- 1 Hành tây, xắt nhỏ
- 1 tiêu xanh
- 3 ớt ngọt
- 2 tép tỏi
- 6 lá ngò tươi
- $\frac{1}{4}$ thìa cà phê Oregano-nghiền nát
- $\frac{1}{4}$ cốc Nước sốt cà chua
- 1 muỗng canh Muối

Hướng

a) Để ráo đậu xanh, rửa sạch và cho vào một cái nồi lớn, cùng với bí ngô, chorizo và $2\frac{1}{2}$ lít nước. Đun sôi nhanh, đậy nắp và đun sôi ở nhiệt độ vừa phải trong 1 tiếng rưỡi hoặc cho đến khi đậu gà gần mềm.

b) Khám phá, nghiền bí ngô và thêm sofrito, sốt cà chua và muối.

c) Trộn và đun trên lửa vừa phải, không đậy nắp, khoảng 1 giờ hoặc cho đến khi nước sốt đặc lại.

18. Cơm gà Mexico

Năng suất: 6 phần ăn

Nguyên liệu

- 4 muỗng canh dầu ô liu
- 1 Gà nguyên con; cắt thành 8 miếng
- 1 lớn Củ hành; băm nhỏ
- 1 tiêu xanh; băm nhỏ
- 2 muỗng canh bạch hoa
- $\frac{1}{4}$ cốc Quả ô liu; nhỏ, pimento nhồi bông
- 1 cái ly Nước sốt cà chua
- 1 muỗng canh Rau kinh giới
- 1 muỗng cà phê mảnh ớt đỏ
- 3 tép tỏi; băm nhỏ
- 3 chén Cơm; hạt dài
- $4\frac{1}{2}$ cốc nước dùng gà
- $\frac{1}{2}$ cốc Mùi tây; băm nhỏ
- $\frac{1}{2}$ cốc Đậu Hà Lan; nấu chín
- 3 muỗng canh pimiento; băm nhỏ

Hướng

a) Trong nồi kho hoặc lò kiểu Hà Lan đủ lớn để chứa tất cả nguyên liệu, đun nóng dầu và cho gà vào rán vàng đều các mặt. Đậy nắp, giảm nhiệt và đun nhỏ lửa trong khoảng 15 phút.
b) Thêm hành tây và tiêu xanh và nấu trong 4 phút. Thêm nụ bạch hoa, ô liu, sốt cà chua, lá oregano, hạt tiêu và tỏi và nấu thêm 4 hoặc 5 phút nữa.

c) Thêm gạo và khuấy đều hỗn hợp. thêm nước dùng gà và rau mùi tây và khuấy đều. Đậy nắp nồi, giảm nhiệt và đun nhỏ lửa trong khoảng 20 phút hoặc cho đến khi chất lỏng được hấp thụ và gạo mềm.

d) Trang trí với đậu Hà Lan và pimento và phục vụ.

19. Thịt lợn và đậu Mexico

Năng suất: 4 phần ăn

Nguyên liệu

- 1 muỗng canh dầu canola
- 6 Sườn thăn lợn
- 1 phương tiện Cà rốt -- 1/2" khối
- 2 phương tiện Hành tây--khối
- 6 tép tỏi
- 3 lá nguyệt quế
- 1 muỗng cà phê Rau kinh giới
- 1 đồng Cà chua nguyên quả được không
- 1 nhỏ Ớt Jalapeno - xắt nhỏ
- 2 thìa cà phê Muối
- 1 đồng Đậu thận khô
- 1 bó Ngò

Hướng

a) Đun nóng dầu trong một cái chảo chắc chắn. Khi nó nóng, thêm thịt lợn vào một lớp và nấu trên lửa vừa trong khoảng 30 phút, trở cho đến khi nó có màu nâu ở tất cả các mặt. Thêm 4 cốc nước lạnh và tất cả các thành phần còn lại trừ lá ngò cắt nhỏ.

b) Đun sôi, giảm nhiệt xuống thấp, đậy nắp và đun nhỏ lửa trong 1 + $\frac{3}{4}$ đến 2 giờ, cho đến khi thịt mềm.

c) Chia bốn đĩa riêng lẻ, rắc lá ngò xắt nhỏ và dùng với cơm vàng.

20. Đậu đỏ Mexico và gạo

Năng suất: 4 phần ăn

Nguyên liệu

- $\frac{1}{4}$ cốc dầu ô liu
- 2 tách Hành xắt nhuyễn
- 1 muỗng canh tỏi băm
- 1 đồng đậu đỏ khô; rửa sạch, ngâm nước; và thoát nước (lên đến)
- 5 cốc Canh gà
- 2 lá nguyệt quế
- 1 Thanh quế mảnh
- Sốt tiêu nóng để hương vị

Hướng

a) Đun nóng dầu trong một cái chảo nặng lớn. Thêm hành tây và xào, khuấy, cho đến khi phủ dầu. Đậy nắp và nấu trên lửa rất nhỏ, thỉnh thoảng khuấy cho đến khi có màu vàng nâu, khoảng 15 phút. Khuấy tỏi và xào, không đậy nắp trong 3 phút.

b) Thêm đậu và nước dùng vào hành tây. Đun sôi và nấu, đậy nắp, trên lửa nhỏ trong 2 giờ. Thêm lá nguyệt quế và quế. Đậy nắp và tiếp tục nấu cho đến khi đậu rất mềm, khoảng 1 giờ nữa.

c) Nêm muối và nước sốt ớt đỏ nóng. Có thể chuẩn bị đậu trong vòng 24 giờ trước khi phục vụ. Hâm nóng lại thêm nước dùng nếu cần.

21. Cơm gà Mexico

Năng suất: 8 phần ăn

Nguyên liệu

- 2½ cân Anh Miếng thịt gà
- 2 Hạt tiêu (tiêu đen nguyên hạt)
- 2 Tỏi bóc vỏ
- 1 muỗng cà phê Oregano khô (pre. tươi)
- 4½ muỗng cà phê Muối
- 2 thìa cà phê dầu ô liu
- 1 muỗng cà phê Giấm
- 1 muỗng canh Mỡ lợn hoặc dầu thực vật
- 1 ounce Thịt lợn muối
- 2 lạng Giăm bông nạc (thịt lợn và giăm bông muối rửa sạch thái hạt lựu)
- 1 hành tây bóc vỏ
- 1 Tiêu xanh bỏ hạt
- 3 Ớt ngọt bỏ hạt
- 1 Cà chua
- 6 Lá ngò tươi (thái nhỏ mọi thứ)
- ½ thìa cà phê Muối
- 10 Ô liu nhồi pimientos
- 1 muỗng canh bạch hoa
- ¼ cốc Nước sốt cà chua
- 2 muỗng canh Chất béo hoặc "màu achiote"
- 3 chén Cơm
- 1 lon (17 oz.) đậu xanh
- 1 lon (4 oz.) pimientos

Hướng

a) Gà rửa sạch, chia đôi từng miếng. Lau khô và chà xát với gia vị có trong phần B. Đặt trong tủ lạnh qua đêm.

b) Trong một cái ấm đun nước nặng, đun nóng nhanh chất béo và thịt lợn muối và giăm bông. Giảm đến vừa phải và thêm thịt gà. Nấu trong 5 phút.

c) Giảm nhiệt xuống thấp. Thêm nguyên liệu và xào trong 10 phút, thỉnh thoảng khuấy.

d) Trong khi đó, đổ chất lỏng từ hộp đậu Hà Lan vào cốc đo lường và đủ nước để pha 2 cốc rưỡi nếu dùng gạo thường hoặc 3 cốc rưỡi nếu dùng gạo dài. Dự trữ đậu Hà Lan. Đun nóng chất lỏng và chờ đợi.

e) Thêm các thành phần vào ấm đun nước và trộn trên lửa vừa phải trong 2 phút.

f) Thêm chất lỏng nóng vào ấm và trộn đều và nấu không đậy nắp ở nhiệt độ vừa phải cho đến khi gạo khô.

g) Dùng nĩa lật cơm từ dưới lên trên.

h) Đậy nắp ấm và nấu trên lửa nhỏ trong 40 phút. Nửa chừng trong thời gian nấu này lật cơm lại.

i) Thêm đậu Hà Lan, lật gạo một lần nữa và đậy nắp, nấu trong 15 phút ở nhiệt độ thấp.

j) Múc cơm ra đĩa.

k) Đun nóng pimientos trong nước ép của chúng, để ráo nước và trang trí trên cơm.

l) Phục vụ cùng một lúc.

22. Cơm Mexico với đậu bồ câu

Năng suất: 8 phần ăn

Nguyên liệu

- $\frac{1}{2}$ cân gondolas khô (đậu bồ câu); rửa sạch
- 3 chén Nước
- 1 ounce thịt lợn muối; băm nhỏ
- 2 tép tỏi; bóc vỏ và nghiền nát
- 1 muỗng canh dầu ô liu
- 1 phương tiện ớt chuông đỏ; có lõi, có hạt,
- Và thái nhỏ
- 1 phương tiện Ớt chuông xanh; có lõi, có hạt,
- Và thái nhỏ
- 1 phương tiện hành tím; băm nhỏ
- 1 phương tiện Cà chua; băm nhỏ
- 1 muỗng canh dầu trường sinh
- 1 cái ly Cơm chuyển đổi của Uncle Ben
- Hạt tiêu vừa mới nghiền; nếm thử
- 2 tách Nước lạnh
- Muối; nếm thử

Hướng

a) Trong một cái nồi nhỏ, đun sôi gondolas và 3 cốc nước. Đậy nắp, tắt lửa và để yên trong 1 giờ.

b) Vớt đậu ra, giữ nước. Trong một cái nồi 6 lít, xào thịt lợn muối, giăm bông và tỏi trong dầu ô liu trong vài phút. Thêm cả ớt chuông và hành tây, đậy nắp và nấu trên lửa vừa cho đến khi hành tây bắt đầu trong suốt.

c) Thêm cà chua, gondolas ráo nước và $1\frac{1}{2}$ cốc nước dự trữ. Đun nhỏ lửa, đậy nắp, trên lửa nhỏ trong 15 phút cho đến khi đậu gần mềm và gần hết chất lỏng.

d) Khuấy dầu Annatto, gạo, hạt tiêu đen và 2 cốc nước lạnh.

e) Đun sôi và đun nhỏ lửa, đậy nắp trong 15 đến 20 phút cho đến khi chất lỏng được hấp thụ và gạo mềm. Thêm muối nếu cần.

23. gà tây Mexico

Năng suất: 1 phần ăn

Nguyên liệu

- Thổ Nhĩ Kỳ
- 12 tép tỏi
- 10 muỗng cà phê Oregano Mexico khô
- 12 muỗng cà phê dầu ô liu
- 12 muỗng cà phê giấm rượu vang đỏ
- 1 muỗng cà phê Muối
- $\frac{1}{2}$ thìa cà phê Hạt tiêu

Hướng

a) Trong máy xay, xay nhuyễn 12 nhánh tỏi, 10 thìa cà phê oregano Mexico khô, 12 thìa dầu ô liu, 12 thìa giấm rượu vang đỏ, 1 thìa muối và $\frac{1}{2}$ thìa hạt tiêu. Hỗn hợp này sẽ có độ sệt của sốt mayonnaise.

b) Sau đó, "bôi" hỗn hợp vào bên trong và bên ngoài ức gà tây, sử dụng hết. Cho vào khay nướng, đậy kín và nướng ở nhiệt độ 350~ trong $\frac{1}{2}$ giờ.

c) Mở nắp và tiếp tục rang cho đến khi mềm (thời gian sẽ phụ thuộc vào kích cỡ của ức hoặc chim). Thấm khoảng 15 phút một lần bằng nước ép chảo.

24. Asopado hải sản Mexico

Năng suất: 1 phần ăn

Nguyên liệu

- 1 Củ hành; thái hạt lựu
- 1 ớt đỏ; thái hạt lựu
- 1 tiêu xanh; thái hạt lựu
- 2 miếng cần tây; thái hạt lựu
- Vỏ tôm từ món cơm
- Cơm vỏ tôm hùm
- $\frac{1}{2}$ cốc rượu trắng
- $\frac{1}{2}$ cốc Nước sốt cà chua
- 2 lít Nước
- 1 Củ hành; thái hạt lựu
- 1 ớt đỏ; thái hạt lựu
- 1 tiêu xanh; thái hạt lựu
- 2 ớt rang; thái hạt lựu
- 2 tách Cơm
- 8 cốc kho hải sản
- $\frac{1}{2}$ cân Thịt cua
- 1 nhúm Nghệ tây
- 1 đồng tôm hùm; hấp
- $\frac{1}{2}$ cân Con tôm
- $\frac{1}{2}$ cốc Đậu ngọt

Hướng

a) Xào hành tây, hạt tiêu và cần tây. Thêm vỏ và nấu trong 5 phút. Thêm rượu vang trắng và nước sốt cà chua. Thêm nước và đun nhỏ lửa trong 45 phút. Căng thẳng và dự trữ cổ phiếu.

b) Xào hành tây, ớt và thêm ớt nướng. Thêm gạo và xào cho đến khi mờ

c) Thêm nước dùng hải sản, thịt cua và nghệ tây; nấu trong khoảng 15 phút ở nhiệt độ thấp. Thêm tôm hùm, tôm và đậu ngọt. Đun nóng 3 phút trước khi phục vụ

25. Chorizo thuần chay tự chế

Khẩu phần: 15 oz.

Thành phần

- 1 khối (12 oz.) Đậu phụ, loại đặc hơn
- ½ cân Anh Nấm thái nhỏ
- 6 Chile guajillo, sấy khô, bỏ hạt
- 2 Chile ancho, khô, hạt
- 4 Chile de arbol, sấy khô
- 4 tép tỏi
- 1 muỗng canh. oregano sấy khô
- ½ muỗng cà phê. Thì là, đất
- 2 Đinh hương, toàn bộ
- 1 muỗng canh. ớt bột
- ½ muỗng cà phê. đất rau mùi
- 2 muỗng canh. Dầu thực vật, tùy chọn

Hướng

a) Lấy đậu phụ ra khỏi gói và đặt giữa hai đĩa nhỏ. Đặt một cái lon lên trên các đĩa và để như vậy trong 30 phút.
b) Đun sôi một nồi nước nhỏ. Loại bỏ thân và hạt từ ớt và loại bỏ chúng. Thả ớt vào nước sôi. Vặn lửa xuống mức thấp nhất và để ớt ngồi trong nước trong 10 phút.
c) Lấy ớt ra khỏi nước và cho vào máy xay. Dự trữ ½ chén chất lỏng ngâm ớt.
d) Cho tỏi, lá oregano, thìa là, đinh hương, ớt bột, rau mùi và ¼ chén nước ngâm vào máy xay và xay cho đến khi mịn. Nếu cần, hãy thêm ¼ cốc dung dịch ngâm còn lại để mọi thứ di chuyển trong máy xay.
e) Nêm hỗn hợp ớt với muối và tiêu rồi lọc qua rây mịn. Để qua một bên.

f) Xả bớt nước trong đậu phụ và dùng tay vò nát vào một cái tô lớn. Đổ một nửa hỗn hợp ớt xay nhuyễn vào tô cùng với đậu phụ và khuấy đều. Để qua một bên.

g) Đun nóng chảo xào lớn ở nhiệt độ cao và thêm 1 muỗng canh. dầu. Khi dầu nóng, cho nấm thái nhỏ vào và tiếp tục nấu cho đến khi nấm bắt đầu chuyển sang màu nâu, khoảng 6-7 phút.

h) Hạ nhiệt xuống mức trung bình thấp và đổ nửa hỗn hợp ớt còn lại vào. Khuấy và tiếp tục nấu trong 3-4 phút, cho đến khi nấm bắt đầu hấp thụ hỗn hợp ớt. Lấy ra khỏi chảo và đặt trong một bát lớn.

i) Làm nóng chảo chống dính ở lửa vừa, thêm 1 muỗng canh. dầu. Thêm hỗn hợp đậu phụ và tiếp tục nấu cho đến khi chất lỏng bắt đầu bay hơi và đậu phụ trở nên giòn, 7-8 phút. Bạn có thể làm đậu phụ giòn như bạn muốn. (Cẩn thận đừng để chảo quá đông nếu không đậu phụ sẽ không bao giờ giòn được.)

j) Đổ hỗn hợp đậu phụ đã nấu vào tô cùng với nấm và trộn đều để kết hợp. Điều chỉnh gia vị.

1.

26. Pasta Chipotle kem

Khẩu phần: 2 khẩu phần

Thành phần

- 1/2 chén hạnh nhân, nguyên hạt, sống
- 1/4 chén sữa hạnh nhân, không đường (hoặc dầu thực vật)
- 1 quả ớt Chipotle ở Adobo, (chỉ một quả ớt trong lon)
- 1 tép tỏi
- 3/4 chén nước
- 1/2 chén cà chua, rang cháy
- 1 muỗng canh. Nước chanh, tươi
- 1/2 lb Mỳ Ý, lúa mì nguyên hạt
- 1 muỗng canh. ngò rí băm nhuyễn

Hướng

a) Cho hạnh nhân, sữa hạnh nhân, nước, khoai tây chiên, tép tỏi, cà chua rang và nước cốt chanh vào máy xay sinh tố và xay cho đến khi mịn. Nêm với muối và hạt tiêu.
b) Luộc mì ống theo Hướng dẫn trên hộp. Để ráo nước và đặt vào một cái bát lớn.
c) Đổ nước sốt chipotle lên mì ống và trộn đều.
d) Phục vụ với rau mùi xắt nhỏ trên đầu trang.

27. Pozole Rojo thuần chay mít

Khẩu phần: 6 khẩu phần

Thành phần

- 1 lon White hominy, để ráo nước, rửa sạch
- 3 lít nước rau củ
- 5 Chile guajillo, sấy khô, bỏ cuống và hạt
- 2 Chile Ancho, sấy khô, bỏ cuống và hạt
- 5 Chile de Arbol, sấy khô, bỏ cuống và hạt
- 6 tép tỏi
- $\frac{1}{2}$ củ hành trắng
- 1 muỗng canh. Dầu thực vật
- 2 lon mít non ngâm nước muối, để ráo nước
- 1 quả bí xanh, vừa, cắt hạt lựu

toppings

- 1 củ hành trắng, nhỏ, băm nhỏ
- 6 củ cải đỏ, thái dạng dùi cui
- 2 muỗng canh. oregano sấy khô
- $\frac{1}{2}$ bắp cải xanh, bỏ lõi, thái lát mỏng
- 4 quả chanh cắt làm tư

Hướng

a) Trong một cái nồi lớn, kết hợp nước dùng rau và hominy và đun nhỏ lửa.

b) Trong khi hominy đang sôi, hãy loại bỏ thân và hạt khỏi ớt ancho, arbol và guajillo. Rửa sạch và cho vào nồi vừa với nước.

c) Đun sôi nồi trên lửa vừa cao. Giảm nhiệt và đun nhỏ lửa trong 10 phút.

d) Để ráo ớt, nhưng dự trữ 1 $\frac{1}{2}$ cốc nước ớt. Cho ớt, tỏi và hành tây vào máy xay, thêm nước ớt và xay cho đến khi mịn. Sự căng thẳng.

e) Để chuẩn bị mít, hãy để mít ráo nước, rửa sạch và thấm bằng khăn giấy. Múi mít bỏ lõi (phần đầu của miếng tam giác), cắt đôi miếng mít. Đun nóng 1 muỗng canh. dầu trong chảo xào lớn đặt ở nhiệt độ trung bình. Thêm mít và nấu trong 3-4 phút cho mỗi bên hoặc cho đến khi mít bắt đầu chuyển sang màu nâu. Đổ nước sốt ớt lên mít và giảm nhiệt xuống mức trung bình thấp. Đun nhỏ lửa trong 10 phút hoặc cho đến khi mít bắt đầu nát và nước sốt hơi đặc lại. Dùng nĩa để xé nhỏ múi mít khi nấu. Nêm với muối và hạt tiêu.

f) Hominy của bạn vẫn nên được đun sôi rất chậm. Múc một cốc hỗn hợp rau hominy và trộn cho đến khi mịn. Đổ lại vào nồi với hominy

g) Nâng nhiệt lên mức trung bình thấp, thêm bí ngòi và mít thái sợi vào cùng với nước sốt. Để nhỏ lửa trong 8-10 phút hoặc cho đến khi zucchini mềm. Nêm nếm với muối và hạt tiêu.

h) Phục vụ pozole của bạn với tất cả các lớp trên bề mặt.

28. Súp 'Thịt viên' Mexico

Khẩu phần: 6 khẩu phần

Thành phần

- 1 cà chua, thái hạt lựu vừa
- 1/4 củ hành trắng hoặc vàng, thái hạt lựu
- 2 củ cà rốt, vừa
- 1-2 cọng cần tây
- 2-3 calo ớt vàng
- 3 củ khoai tây, nhỏ, cắt làm tư
- 1 bí xanh Mexico, nhỏ
- 3 nhánh rau mùi
- 6-8 lá bạc hà, thái nhỏ
- 1 muỗng canh. dầu bơ
- 1 gói trứng thuần chay Follow Your Heart
- 1/3 chén gạo trắng, hạt dài, thô
- 1 muỗng cà phê. Tiêu đen
- 1 muỗng cà phê. Muối tỏi
- 2 muỗng canh. Tốt hơn nước dùng không có thịt gà

Hướng

Để làm nước dùng:

a) Đặt một nồi súp lớn ở nhiệt độ trung bình. Thêm 1 muỗng canh. dầu và thêm hành tây vào nồi. Để hành tây nấu trong 2-3 phút hoặc cho đến khi mềm và mờ. Thêm cà chua và nấu thêm 3 phút nữa.

b) Đổ đủ nước vào nồi để lấp đầy 1/2 chiều. Đun nhỏ lửa. Thêm tốt hơn nước dùng Bouillon No-Chicken base, muối và hạt tiêu cho vừa ăn (có thể thêm tiêu).

Làm thịt viên

c) Trong một bát lớn, kết hợp 1 muỗng cà phê. hạt tiêu đen, 1 muỗng cà phê. muối tỏi, 1/3 chén cơm trắng và bạc hà xắt nhỏ. Trộn đều.

d) Làm theo hướng dẫn trên bao bì trứng thuần chay và làm khoảng 2 quả trứng thuần chay. Thêm một nửa hỗn hợp trứng vào hỗn hợp thịt viên và trộn đều. Đảm bảo hỗn hợp đủ trứng để tạo hình thịt viên. Nếu cần, hãy thêm nhiều hỗn hợp trứng thuần chay hơn cho đến khi bạn có được độ đặc mong muốn.

e) Tạo thành 8-10 viên thịt bằng tay của bạn. Thêm chúng vào nước dùng sôi.

f) Điều quan trọng là không khuấy thịt viên quá nhiều nếu không chúng sẽ bị nát. Nấu trong 15 phút hoặc lâu hơn.

g) Trong khi thịt viên đang nấu, cắt cà rốt, cần tây và bí ngòi thành những viên xúc xắc nhỏ. Cắt làm tư cho củ khoai tây.

h) Thêm cà rốt, cần tây, bí xanh, khoai tây và ớt vàng (không cắt) đã cắt nhỏ vào nồi. Hạ nhiệt xuống mức trung bình thấp cho đến khi rau chín. Đậy nắp nồi và để nó nấu cùng nhau trong khoảng 15 phút.

i) Thêm rau mùi để hoàn thiện và nấu trong vài phút và bạn sẽ có albondigas thuần chay! Đừng quên bánh ngô ấm áp! Hoặc thậm chí là những lát bơ!

1.

29. Chilaquiles nốt ruồi với rau xanh và đậu

Khẩu phần: 4 khẩu phần

Thành phần

- rau xà lách

Rau xanh và đậu:

- $\frac{1}{4}$ cốc nước
- 2 tép tỏi, băm nhỏ
- 8 oz. Rau muống (khoảng 1 bịch)
- 1 lon (14 oz.) Đậu đen, để ráo nước

Nước xốt:

- 1 lọ (7,2 oz.) Mole Poblano
- 2 chén nước dùng rau củ

toppings

- kem hạnh nhân
- Queso Cotija thuần chay
- 1 củ hành trắng, cắt thành những vòng rất mỏng

Hướng

a) Làm nóng lò ở 400°F. Đặt hình tam giác tortilla lên hai khay nướng có lót giấy da và nướng trong 15 đến 20 phút cho đến khi giòn. Bỏ ra khỏi lò và đặt sang một bên. (Bạn cũng có thể chiên chúng trong chảo áp chảo đáy dày cho đến khi có màu vàng nâu hoặc mua một túi khoai tây chiên.)

b) Rau xanh và đậu:

c) Đun nóng chảo xào lớn ở lửa vừa và đổ vào $\frac{1}{4}$ cốc nước. Thêm tỏi và nấu trong 1 phút. Thêm rau bina và trộn.

d) Sau khi rau bina đã chín (khoảng 2 phút), thêm đậu đen. Nêm với muối và hạt tiêu.

Nước xốt:

e) Đặt một nồi lớn ở lửa vừa, thêm 1 chén nước dùng rau và bột nốt ruồi. Khuấy.

f) Sau khi bột nốt ruồi hòa tan và hỗn hợp sôi, thêm cốc rau củ thứ hai. Có vẻ như nốt ruồi quá mỏng, nhưng ngay khi nốt ruồi nguội đi dù chỉ một chút, nó sẽ dày lên. Đun sôi, khuấy và loại bỏ nhiệt.

g) Mang tất cả lại với nhau

h) Hãy chắc chắn rằng nốt ruồi của bạn có độ đặc phù hợp, nó phải có độ đặc của súp kem loãng, điều chỉnh khi cần thiết với nước dùng rau củ.

i) Thêm khoai tây chiên, rau xanh và đậu vào nồi cùng với nốt ruồi. Trộn đều để phủ. Phục vụ ngay lập tức và phủ crema hạnh nhân, queso cotija thuần chay và hành tây lên trên.

30. Torta Ahogada

Khẩu phần: 2 bánh tortillas

Thành phần

Torta:

- 2 cuộn Bolillo hoặc bánh mì baguette dài 6 inch, chia đôi
- 1 chén đậu rán, dùng đậu đen
- 1 quả bơ Hass chín, bỏ hạt, bóc vỏ

Nước xốt:

- 30 Chiles of Arbol, bỏ cuống, bỏ hạt và bù nước
- 3 tép tỏi
- 1 ly nước
- 1 muỗng cà phê. Oregano Mexico khô
- 1/2 muỗng cà phê. thì là
- 1/2 muỗng cà phê. Hạt tiêu vừa mới nghiền
- 1/8 muỗng cà phê. đinh hương đất
- 1 muỗng cà phê. Muối

trang trí:

- 2 Củ cải, thái lát mỏng
- 8 đến 12 củ hành trắng ngâm, tách thành từng khoanh
- chanh nêm

Hướng

Torta

a) Nướng nhẹ các cuộn hoặc bánh mì baguette. Làm ấm đậu và trải đều trong mỗi cuộn. Thêm các lát bơ. Đặt bánh mì vào bát.

Nước xốt:

b) Trong máy xay sinh tố hoặc máy chế biến thực phẩm, xay nhuyễn ớt arbol đã bù nước, tỏi, oregano nước

Mexico, thì là, hạt tiêu, đinh hương và muối. (Lọc nếu bạn muốn nước sốt rất mịn.)

c) Đổ nước sốt lên bánh mì. Trang trí bánh mì với củ cải thái lát và hành ngâm chua và dùng kèm với chanh. Ăn những con rùa này bằng nĩa và nhiều khăn ăn.

1.

31. Đậu cao bồi Mexico

Khẩu phần: 6 khẩu phần

Thành phần

- $\frac{1}{2}$ cân Anh Đậu pinto sấy khô
- 1 củ hành tây, trắng, lớn
- 3 tép tỏi, nghiền nát
- 2 nhánh rau mùi
- $\frac{1}{4}$ chén nước dùng rau hoặc nước
- 6 oz. (3/4 cốc) Chorizo thuần chay
- 2 ớt Serrano, băm nhỏ
- 1 cà chua, lớn, thái hạt lựu

Hướng

a) Ngâm đậu trong nước qua đêm.

b) Ngày hôm sau, lọc chúng và đặt chúng vào một cái chậu lớn. Đổ đủ nước vào nồi để lấp đầy $\frac{3}{4}$ đường.

c) Cắt hành tây của bạn làm đôi. Cho $\frac{1}{2}$ nhánh hành, ngò và 3 nhánh tỏi vào nồi cùng với đậu. Dự trữ nửa còn lại của hành tây.

d) Đun nước sôi và để đậu nấu cho đến khi gần mềm, khoảng 1 tiếng rưỡi.

e) Trong khi đậu đang nấu, làm nóng chảo xào lớn ở nhiệt độ trung bình cao. Thêm chorizo và xào cho đến khi hơi chuyển sang màu nâu, khoảng 4 phút. Trong khi nấu chorizo, thái hạt lựu nửa hành tây còn lại.

f) Lấy chorizo ra khỏi chảo và đặt sang một bên. Thêm $\frac{1}{4}$ chén nước, hành tây thái hạt lựu và ớt serrano vào chảo xào. Xào hành tây và ớt cho đến khi mềm và trong, khoảng 4-5 phút. Thêm cà chua và nấu thêm 7-8 phút nữa hoặc cho đến khi cà chua nát và tiết ra hết nước.

g) Cho hỗn hợp này và chorizo vào nồi đậu đun thêm 20 phút hoặc cho đến khi đậu mềm hoàn toàn. Nêm nếm với muối và hạt tiêu.

h) Trước khi ăn, loại bỏ nửa củ hành tây, nhánh ngò và tép tỏi khỏi đậu. Nêm với muối và hạt tiêu

32. Gạo lứt Mexico

Khẩu phần: 3 khẩu phần

Thành phần

- 1 chén gạo lứt, hạt dài
- $\frac{1}{4}$ củ hành tây, trắng
- 3 tép tỏi
- 1 $\frac{1}{2}$ chén cà chua, thái hạt lựu
- 1 muỗng canh. bột cà chua
- 1 $\frac{1}{2}$ chén rau, nước dùng hoặc nước dùng
- $\frac{1}{2}$ muỗng cà phê. muối, kosher
- 1 chén đậu Hà Lan, đông lạnh

Hướng

a) Ngâm gạo lứt trong nước lạnh qua đêm.

b) Xả gạo. Đặt một nồi vừa ở lửa vừa và thêm gạo. Khuấy thường xuyên và để gạo nướng cho đến khi vàng nâu, khoảng 8-10 phút.

c) Trong khi đó trộn cà chua, hành tây, tỏi và bột cà chua cho đến khi mịn. Sự căng thẳng. Bạn nên kết thúc với 1 cốc nhuyễn. Nếu không, hãy thêm nước dùng rau vừa đủ để tạo thành một cốc.

d) Đổ cà chua xay nhuyễn vào nồi cùng với cơm và đun nhỏ lửa trong 2 phút. Thêm 1$\frac{1}{2}$ chén nước dùng rau củ. Thêm $\frac{1}{2}$ muỗng cà phê muối và khuấy đều. Đậy nắp và vặn nhỏ lửa để đun nhỏ lửa. Để nấu trong 35 - 40 phút.

e) Lấy chảo ra khỏi bếp và để yên trong 7 phút.

f) Trong khi đó, thả đậu Hà Lan vào nước sôi cho đến khi mềm, khoảng 1 phút, để ráo nước.

g) Thêm đậu Hà Lan vào cơm và đánh tơi bằng nĩa.

33. Arroz a la Mexico

8 phần ăn

Thành phần

- 2 tép tỏi, băm nhỏ
- 1 muỗng cà phê muối
- 2-1/3 chén nước dùng gà ít natri
- 1/4 chén dầu ô liu nguyên chất
- 1-1/2 chén gạo hạt dài
- 1/3 chén cà chua nghiền nát rang hoặc nước sốt cà chua thay thế
- 1/3 chén cà rốt gọt vỏ và nạo
- 1 chén hành trắng thái lát dày 1/4 inch
- 1 chén ớt Poblano thái hạt lựu, dày 1/4 inch đậu Hà Lan đông lạnh

Hướng

a) Chuẩn bị nước dùng. Cho tỏi và muối vào máy xay sinh tố, thêm 1 cốc nước dùng và xay nhuyễn. Thêm phần còn lại của nước dùng và trộn lại để trộn đều. Dự trữ.

b) Chiên cơm. Đun nóng một cái nồi lớn (tôi thích dùng lò nướng bằng gang của Hà Lan) trên lửa vừa, thêm dầu ô liu và cho gạo vào đảo đều. Nấu cơm, khuấy thường xuyên, cho đến khi nó chuyển sang màu nâu vàng. Nếu cần thiết, hãy giảm nhiệt để giữ cho nó không bị cháy. Sau 5-8 phút, bạn sẽ nghe thấy âm thanh giống như cát được ném vào thùng kim loại.

c) Nấu nước sốt vào cơm. Khuấy cà chua đã nghiền hoặc nước sốt cà chua vào gạo lứt, vặn lửa ở mức trung bình hoặc vừa hơn một chút và nấu, khuấy gần như liên tục cho đến khi gần chín.

d) tất cả chất lỏng đã bay hơi và các hạt gạo không còn dính vào nhau nữa, khoảng 5 phút. Điều này rất quan trọng, vì chất lỏng bay hơi càng nhiều thì cơm càng nhẹ.
e) Lúc đầu, bạn sẽ nghĩ rằng nó sẽ không bao giờ xảy ra, nhưng nó sẽ xảy ra. Về cuối, một số gạo có thể bắt đầu cháy sém. Một chút trong số đó làm tăng thêm hương vị, nhưng giảm nhiệt để giảm thiểu.
f) Nấu cơm. Trộn nhanh hỗn hợp nước dùng và đổ vào nồi cùng với gạo. Nâng nhiệt lên cao và thêm cà rốt, hành tây thái lát, poblano và đậu Hà Lan đông lạnh. Đun nước dùng sôi hoàn toàn, đậy nắp nồi, vặn lửa nhỏ nhất có thể để nước dùng sôi và nấu trong 15 phút.
g) Lấy nồi ra khỏi bếp và để cơm hấp trong 10 phút. Tháo nắp và khuấy nhẹ gạo bằng nĩa để tách các hạt. Đậy nắp nồi và để cơm hấp thêm 10 phút nữa.

34. Saffron Rice

8-10 phần ăn

Thành phần

- 1 nhúm (khoảng 1/4 muỗng cà phê đóng gói) sợi nghệ tây
- 3 chén nước dùng gà ít natri
- 4 tép tỏi, băm nhỏ
- 1 muỗng cà phê muối
- 1/2 muỗng canh nước cốt chanh mới vắt
- 2 muỗng canh dầu ô liu siêu nguyên chất
- 1-1/2 chén gạo thơm, hoặc thay thế bất kỳ loại gạo hạt dài tốt nào 1/4 chén hành trắng băm nhỏ
- 1 ớt serrano vừa, loại bỏ hạt và gân và băm nhỏ
- 2 muỗng canh mùi tây thái nhỏ

Hướng

a) Truyền nước dùng với nghệ tây. Đặt nghệ tây vào một cái bát cách nhiệt. Đun sôi 1 cốc nước dùng và đổ lên trên nghệ tây. Ngâm hỗn hợp trong ít nhất 15 phút.

b) Làm phần còn lại của chất lỏng nấu ăn. Cho 3 tép tỏi băm nhỏ và muối vào máy xay sinh tố, thêm 2 cốc nước dùng và nước cốt chanh còn lại, rồi xay cho đến khi nhuyễn.

c) Nấu cơm trong dầu. Thêm phần tỏi băm nhỏ còn lại, hành tây và ớt vào cơm và khuấy trong 1 phút.

d) Khuấy hỗn hợp nước dùng đã trộn và nước dùng ngâm nghệ tây và đun sôi. Đậy nắp nồi, vặn lửa nhỏ nhất có thể trong khi vẫn giữ nước ở mức sôi vừa phải và nấu cơm trong 15 phút.

e) Cơm nước xong. Lấy nồi ra khỏi bếp và để cơm hấp, đậy nắp trong 10 phút. Tháo nắp và cẩn thận khuấy gạo bằng nĩa để tách các hạt. Cho rau mùi tây vào đảo đều, đậy nắp lại và để cơm thêm 10 phút nữa trước khi ăn.

35. Arroz Huefano

8-10 phần ăn

Thành phần

- Saffron Rice
- 1 muỗng canh dầu ăn thay thế
- 1/2 chén hạnh nhân chần
- 1/3 chén hạt thông
- 3 ounce giăm bông ít natri, thái nhỏ

Hướng

a) Xào các loại hạt. Trong khi nấu cơm Saffron, làm nóng chảo trên lửa vừa. Cho dầu ăn vào, khi dầu đã tan hết thì cho các loại hạt vào.

b) Xào các loại hạt, khuấy liên tục cho đến khi hạnh nhân bắt đầu chuyển sang màu vàng. Lấy chảo ra khỏi bếp, cho giăm bông vào đảo đều và để sang một bên.

c) Cơm nước xong. Sau khi thêm rau mùi tây vào Cơm nghệ tây, khuấy đều các loại hạt đã nấu chín và giăm bông, đậy nắp nồi và để cơm hấp trong 10 phút cuối cùng.

36. Frijoles de Olla (Đậu hũ)

Khoảng 12 phần nửa cốc

Thành phần

- 4 lít nước
- 3 thìa muối
- 1-pound pinto hoặc đậu đen
- 3 tép tỏi, băm nhỏ
- 1/3 chén hành trắng xắt nhỏ
- 1 muỗng cà phê lá oregano khô
- 1 lít nước, cộng thêm một chút, nếu cần
- 2 nhánh epazote (tùy chọn với đậu đen)
- muối để hương vị

Hướng

a) Làm nóng và ngâm đậu. Cho 4 lít nước, muối và đậu vào nồi.

b) Đun sôi hoàn toàn, đậy nắp nồi, bắc ra khỏi bếp và để đậu trong 1 giờ.

c) Đổ bỏ nước ngâm, vo đậu thật sạch, bắc nồi ra, cho đậu vào lại.

d) Cho đậu vào xong. Cho tỏi, hành tây, lá oregano và 1 cốc nước vào máy xay sinh tố và xay nhuyễn. Thêm 3 cốc nước nữa và trộn nhanh.

e) Đổ chất lỏng đã trộn vào nồi cùng với đậu, đun sôi và thêm epazote, nếu sử dụng. Đun nhỏ lửa đậu, đậy nắp trừ khoảng 1/2 inch hoặc vừa đủ để hơi nước thoát ra cho đến khi đậu mềm.

37. Charro hoặc đậu say

Khoảng 7 cốc hoặc 14 phần ăn nửa cốc

Thành phần

- Frijoles de Olla
- 1/2 muỗng canh dầu ô liu nguyên chất
- 1-1/2 ounce (khoảng 3 muỗng canh) Chorizo Mexico, lột vỏ và thái nhỏ
- 3/4 chén hành trắng xắt nhỏ
- 2 tép tỏi, thái nhỏ
- 1 muỗng canh ớt serrano thái nhỏ
- 1 chén cà chua nghiền
- 1/2 muỗng canh lá oregano khô
- 1/4 chén rau mùi đóng gói lỏng lẻo

Hướng

a) Xào và thêm rau. Khi Frijoles de Olla gần xong, đun nóng dầu ô liu trong chảo trên lửa vừa. Thêm chorizo và nấu cho đến khi gần hết chất béo. Thêm hành tây, tỏi và ớt và tiếp tục nấu cho đến khi chúng bắt đầu mềm.

b) Thêm cà chua và lá oregano và tiếp tục nấu cho đến khi cà chua nghiền bắt đầu đặc lại và mất đi vị ngọt, khoảng 5 phút.

c) Thêm hành ngò rồi đổ nước trong chảo vào đậu.

d) Cho đậu vào xong. Thêm muối và đun nhỏ lửa trong 5 phút.

38. Frijoles Refritos (Đậu chiên)

4 phần nửa cốc

Thành phần

- 2 chén Frijoles de Olla làm từ đậu pinto hoặc đậu đen, hoặc đậu có muối nhẹ hoặc không ướp muối, nước dùng dành riêng
- 1 chén nước luộc đậu
- 2 muỗng cà phê ớt chipotle băm nhỏ
- 1/2 muỗng cà phê thì là
- 1/2 muỗng cà phê lá oregano khô
- 2 muỗng canh dầu ô liu siêu nguyên chất
- 2 tép tỏi, băm nhỏ

Hướng

a) Xử lý đậu. Cho đậu vào máy xay thực phẩm và thêm nước dùng, ớt chipotle, thì là và oregano. Chế biến cho đến khi đậu mịn, thêm nước dùng nếu chúng quá đặc.
b) Nấu đậu. Đun nóng chảo trên lửa vừa và thêm chất béo hoặc dầu. Thêm tỏi và để nó nấu trong vài giây, sau đó thêm đậu xay nhuyễn. Nấu, khuấy liên tục, cho đến khi đậu nóng và dày hoặc mỏng tùy thích.
c) Phục vụ với pho mát, nếu bạn muốn.

39. Đậu kiểu Santa Maria

Khoảng 14 phần nửa cốc

Thành phần

- 1 pound đậu pinquito, ngâm
- 1 muỗng canh dầu ô liu siêu nguyên chất
- 1/2 chén giăm bông ít natri, cắt thành xúc xắc 1/4 inch
- 3 tép tỏi, băm nhỏ
- 3/4 chén cà chua nghiền
- 1/4 chén nước sốt Chile
- 1 muỗng mật hoa agave hoặc đường
- 2 muỗng canh rau mùi tây băm nhỏ

Hướng

a) Nấu đậu. Vớt đậu ra, cho vào nồi và ngập nước khoảng 1 inch. Đun sôi, đậy nắp một phần nồi và đun nhỏ lửa cho đến khi chúng mềm, 45-90 phút. Kiểm tra chúng thường xuyên vì có thể thỉnh thoảng bạn sẽ phải thêm nhiều nước hơn.

b) Chuẩn bị nước sốt gia vị.

c) Cho dầu ô liu vào chảo trên lửa vừa và thêm tỏi và nấu trong 1 phút. Khuấy cà chua, sốt Chile, mật hoa cây thùa, muối và đun nhỏ lửa cho đến khi nó bắt đầu đặc lại, trong 2-3 phút.

d) Cho đậu vào xong. Khi đậu mềm, chắt hết nước ra, trừ khoảng 1/2 chén nước và cho nước sốt gia vị vào khuấy đều. Nấu đậu trong 1 phút, cho rau mùi tây vào khuấy đều và dùng.

RAJAS

40. Rajas nướng

Thành phần

- 2 muỗng canh dầu ô liu siêu nguyên chất
- 1 củ hành trắng vừa, cắt thành lát 1/4 inch
- 2 quả ớt Poblano vừa, bỏ cuống, bỏ hạt và cắt thành lát 1/4 inch
- 3/4 muỗng cà phê muối kosher
- Hạt tiêu đen mới xay, để nếm thử
- Nước ép từ 1/2 quả chanh, hoặc nếm thử

Hướng

a) Đun nóng chảo 12 inch trên lửa vừa đến cao. Thêm dầu ô liu, hành tây và ớt, nấu, khuấy gần như liên tục, cho đến khi ớt mềm, bắt đầu chuyển sang màu vàng và hơi cháy.

b) Thêm muối, hạt tiêu và nước cốt chanh, trộn đều và phục vụ.

41. Rajas caramen

Thành phần

- 2 muỗng canh dầu ô liu siêu nguyên chất
- 2 củ hành trắng vừa, bóc vỏ, cắt thành lát 1/4 inch, 3/4 thìa cà phê muối kosher
- 3 tép tỏi, thái lát mỏng
- 2 quả ớt Poblano vừa, rang, bóc vỏ, bỏ hạt và cắt thành lát 1/4 inch.
- Hạt tiêu đen mới xay, để nếm thử
- Nước ép từ 1/2 quả chanh, hoặc nếm thử

Hướng

a) Đun nóng chảo 12 inch trên lửa vừa. Thêm dầu ô liu, hành tây và muối để giúp hành tây tiết ra chất lỏng.

b) Nấu, khuấy thường xuyên, cho đến khi hành tây bắt đầu có màu, sau đó giảm lửa xuống mức trung bình thấp. Tiếp tục nấu hành tây từ từ, khuấy thường xuyên và điều chỉnh nhiệt độ để giữ cho chúng không bị cháy, cho đến khi chúng có màu nâu vàng đậm.

c) Thêm tỏi và ớt Poblano nướng và nấu cho đến khi tỏi và ớt mềm. Khuấy hạt tiêu và nước cốt chanh và phục vụ.

42. Ớt chuông rajas

Năng suất: 6 phần ăn

Nguyên liệu

- $\frac{1}{2}$ mỗi quả ớt chuông xanh
- $\frac{1}{2}$ mỗi quả ớt chuông đỏ
- $\frac{1}{2}$ mỗi quả ớt chuông vàng
- $\frac{3}{4}$ cốc pho mát Monterey Jack; băm nhỏ
- 2 muỗng canh ô liu chín xắt nhỏ
- $\frac{1}{4}$ muỗng cà phê ớt đỏ; Nghiền

Hướng

a) Cắt các dải ớt chuông theo chiều ngang thành hai nửa.
b) Sắp xếp trong chảo bánh chống gà thịt không mỡ, 9 X $1\frac{1}{4}$ inch hoặc chảo tròn 9 X 2 inch. Rắc phô mai, ô liu và ớt đỏ.
c) Đặt điều khiển lò nướng để nướng. Nướng ớt với ngọn lửa từ 3 đến 4 inch cho đến khi phô mai tan chảy, khoảng 3 phút.

43. rajas kem

Năng suất: 1 phần ăn

Nguyên liệu

- ½ chén dầu Olive
- 2 củ hành vừa, giảm một nửa và cắt thành lát 1/4 inch, theo chiều dọc
- 4 quả ớt chuông đỏ vừa, nướng, bóc vỏ, bỏ hạt và thái sợi
- 1 chén kem nặng
- ¾ chén phô mai Manchego hoặc Monterey Jack đã phân loại
- ⅔ chén phô mai Cotija, Romano hoặc Parmesan bào

Hướng

a) Trong một chảo lớn đun nóng dầu trên lửa vừa. Xào hành tây với muối và hạt tiêu cho đến khi chúng bắt đầu héo và có màu nâu, từ 8 đến 10 phút. Khuấy ớt đỏ thái sợi và ớt.

b) Đổ kem nặng vào, đun sôi và giảm nhỏ lửa. Nấu 4 phút hoặc cho đến khi kem bắt đầu đặc lại. Khuấy phô mai bào và loại bỏ nhiệt. Phục vụ ngay lập tức.

44. Rajas và nấm

Năng suất: 1 phần ăn

Nguyên liệu

- 8 quả ớt jalapeño
- 8 chén nấm
- 1 củ hành tây
- 4 tép tỏi
- 1 nhánh Epazote
- Dầu
- Muối

Hướng

a) Rửa sạch nấm. Cắt lát và chiên trên lửa nhỏ trong khoảng 10 phút để rút nước. Thêm muối. Thái nhỏ hành tây. Xắt nhỏ tép tỏi và epazote.
b) Rỗ ớt và cắt lát (tạo thành rajas hoặc dải).
c) Để ráo nấm và chiên trong một ít dầu cùng với hành, tỏi, epazote và ớt. Phục vụ với bánh ngô nóng.

BÁNH TACO

45. Rajas con Crema Tacos

Thành phần

Đổ đầy:

- 5 ớt Poblano, rang, bóc vỏ, bỏ hạt, cắt thành dải
- 1/4 nước
- 1 củ hành trắng, lớn, thái lát mỏng
- 2 tép tỏi, băm nhỏ
- $\frac{1}{2}$ chén nước dùng rau hoặc nước dùng

Crema

- $\frac{1}{2}$ chén hạnh nhân, sống
- 1 tép tỏi
- $\frac{3}{4}$ cốc nước
- $\frac{1}{4}$ cốc sữa hạnh nhân, không đường hoặc dầu thực vật
- 1 muỗng canh. nước cốt chanh tươi

Hướng

a) Đun nóng chảo lớn ở lửa vừa, thêm nước. Thêm hành tây và xào trong 2-3 phút hoặc cho đến khi hành tây mềm và trong.

b) Thêm tỏi và $\frac{1}{2}$ chén nước dùng rau củ, đậy nắp và để hơi nước.

c) Thêm ớt Poblano và nấu thêm 1 phút nữa. Nêm với muối và hạt tiêu. Tắt bếp và để nguội một chút.

d) Cho hạnh nhân, tỏi, nước, sữa hạnh nhân và nước cốt chanh vào máy xay sinh tố và xay cho đến khi mịn. Nêm với muối và hạt tiêu.

e) Đổ kem hạnh nhân lên phần nhân đã nguội và trộn đều.

46. Tinga Tacos khoai lang và cà rốt

Tổng thời gian-30 phút

Thành phần

- 1/4 cốc nước
- 1 chén Hành trắng thái lát mỏng
- 3 tép tỏi, băm nhỏ
- 2 1/2 chén khoai lang đã được phân loại
- 1 chén cà rốt đã phân loại
- 1 lon (14 oz.) Cà chua thái hạt lựu
- 1 muỗng cà phê. Oregano Mexico (tùy chọn)
- 2 ớt Chipotle trong adobo
- 1/2 chén nước dùng rau
- 1 quả bơ, thái lát
- 8 bánh ngô

Hướng

a) Trong một chảo xào lớn trên lửa vừa, thêm nước và hành tây, nấu trong 3-4 phút, cho đến khi hành tây trong và mềm. Thêm tỏi và tiếp tục nấu, khuấy trong 1 phút.
b) Thêm khoai lang và cà rốt vào chảo và nấu trong 5 phút, khuấy thường xuyên.
c) Nước xốt:
d) Cho cà chua thái hạt lựu, nước dùng rau củ, lá oregano và ớt chipotle vào máy xay và chế biến cho đến khi mịn.
e) Thêm sốt chipotle-cà chua vào chảo và nấu trong 10-12 phút, thỉnh thoảng khuấy, cho đến khi khoai lang và cà rốt chín. Nếu cần thiết, thêm nước dùng rau vào chảo.
f) Phục vụ trên bánh ngô ấm và phủ lên trên những lát bơ.

47. Tacos khoai tây và Chorizo

Khẩu phần: 4 khẩu phần

Thành phần

- 1 muỗng canh. Dầu thực vật, tùy chọn
- 1 chén Hành tây, trắng, băm nhỏ
- 3 chén khoai tây gọt vỏ, thái hạt lựu
- 1 chén chorizo thuần chay, nấu chín
- 12 bánh ngô
- 1 chén salsa yêu thích của bạn

Hướng

a) Đun nóng 1 muỗng canh. dầu trong chảo xào lớn ở nhiệt độ trung bình thấp. Thêm hành tây và nấu cho đến khi mềm và trong suốt, khoảng 10 phút .

b) Trong khi hành tây đang nấu, đặt khoai tây cắt của bạn vào một nồi nước sốt nhỏ với nước muối. Đun sôi nước ở nhiệt độ cao. Hạ nhiệt xuống mức trung bình và để khoai tây nấu trong 5 phút.

c) Để ráo khoai tây và thêm chúng vào chảo với hành tây. Biến nhiệt lên đến trung bình cao. Nấu khoai tây và hành tây trong 5 phút hoặc cho đến khi khoai tây bắt đầu chuyển sang màu nâu. Thêm dầu nếu cần thiết.

d) Thêm chorizo đã nấu chín vào chảo và trộn đều. Nấu thêm một phút nữa.

e) Nêm với muối và hạt tiêu.

f) Phục vụ với bánh ngô ấm và salsa bạn chọn.

48. Mùa hè Calabacitas Tacos

Khẩu phần: 4 khẩu phần

Thành phần

- 1/2 chén nước luộc rau
- 1 chén Hành tây, trắng, thái hạt lựu
- 3 tép tỏi, băm nhỏ
- $\frac{1}{4}$ chén nước dùng rau hoặc nước
- 2 Zucchini, lớn, cắt hạt lựu
- 2 chén cà chua, thái lát
- 10 bánh ngô
- 1 quả bơ, thái lát
- 1 chén salsa yêu thích của bạn

Hướng

a) Trong một cái nồi lớn có đáy nặng, đặt ở nhiệt độ trung bình; Xào hành tây trong 1/4 chén nước luộc rau trong 2 đến 3 phút cho đến khi hành tây trong mờ.
b) Thêm tỏi và đổ $\frac{1}{4}$ chén nước luộc rau còn lại vào, đậy nắp và để hơi nước.
c) Mở nắp, thêm zucchini và nấu trong 3-4 phút, cho đến khi nó bắt đầu mềm.
d) Thêm cà chua và nấu thêm 5 phút nữa hoặc cho đến khi tất cả các loại rau đều mềm.
e) Nêm gia vị cho vừa ăn và phục vụ trên bánh ngô còn nóng với những lát bơ và sốt salsa.

49. Zucchini cay và Tacos đậu đen

Khẩu phần: 4 khẩu phần

Thành phần

- 1 muỗng canh. Dầu thực vật, tùy chọn
- ½ củ hành trắng, thái lát mỏng
- 3 tép tỏi, băm nhỏ
- 2 bí xanh Mexico, lớn, thái hạt lựu
- 1 lon (14,5 oz.) Đậu đen, để ráo nước

Sốt Chile de Arbol:

- 2 - 4 Chile de Arbol, sấy khô
- 1 chén hạnh nhân, thô
- ½ củ hành trắng, lớn
- 3 tép tỏi, chưa bóc vỏ
- 1½ chén nước dùng rau, ấm

Hướng

a) Đun nóng dầu thực vật ở nhiệt độ trung bình trong chảo xào lớn. Thêm hành tây và xào trong 2-3 phút hoặc cho đến khi hành tây mềm và trong.

b) Thêm tép tỏi và nấu trong 1 phút.

c) Thêm zucchini và nấu cho đến khi mềm, khoảng 3-4 phút. Thêm đậu đen và trộn đều. Để nấu thêm 1 phút nữa. Nêm với muối và hạt tiêu.

d) Để làm nước sốt: làm nóng vỉ nướng, comal hoặc chảo gang trên lửa vừa và cao. Nướng ớt ở mỗi bên cho đến khi nướng nhẹ, khoảng 30 giây cho mỗi bên. Lấy ra khỏi chảo và đặt sang một bên.

e) Thêm hạnh nhân vào chảo và nướng cho đến khi vàng, khoảng 2 phút. Lấy ra khỏi chảo và đặt sang một bên.

f) Nướng hành tây và tỏi cho đến khi hơi cháy, khoảng 4 phút cho mỗi bên.

g) Cho hạnh nhân, hành tây, tỏi và ớt vào máy xay. Thêm nước dùng rau ấm. Xử lý cho đến khi mịn. Nêm với muối và hạt tiêu. Nước sốt nên dày và kem.

1.

50. Tacos bò kiểu trâu

Làm cho 4 phần ăn

Nguyên liệu

- 1 pound thịt bò xay (95% nạc)
- 1/4 chén nước sốt ớt cayenne cho cánh Buffalo
- 8 vỏ taco
- 1 chén rau diếp thái lát mỏng
- 1/4 chén ít chất béo hoặc nước sốt phô mai xanh chuẩn bị sẵn
- 1/2 chén cà rốt bào sợi
- 1/3 chén cần tây xắt nhỏ
- 2 muỗng canh rau mùi tươi xắt nhỏ
- Cà rốt và cần tây hoặc nhánh rau mùi (tùy chọn)

Hướng

a) Đun nóng chảo chống dính lớn trên lửa vừa cho đến khi nóng. thêm thịt bò xay; Nấu từ 8 đến 10 phút, chia thành những miếng nhỏ và thỉnh thoảng khuấy. Lấy ra khỏi chảo bằng thìa có rãnh; đổ nhỏ giọt. Quay trở lại chảo; Khuấy nước sốt tiêu. Nấu và khuấy 1 phút hoặc cho đến khi nóng qua.

b) Trong khi đó, làm nóng vỏ taco theo hướng dẫn trên bao bì .

c)

d) Dùng thìa xúc đều hỗn hợp thịt bò vào vỏ bánh taco. Thêm rau diếp; mưa phùn với mặc quần áo. Rải đều cà rốt, cần tây và rau mùi lên trên. Trang trí với cà rốt và cần tây hoặc nhánh rau mùi, nếu muốn.

51. bánh taco thịt bò

Làm cho 4 phần ăn

Nguyên liệu

- 3/4 pound thịt bò nướng deli thái lát mỏng
- 1/2 chén đậu đen không béo
- 4 bánh bột mì lớn (đường kính khoảng 10 inch)
- 1 chén rau diếp thái lát mỏng
- 3/4 chén cà chua xắt nhỏ
- 1 chén pho mát gia vị taco giảm béo cắt nhỏ
- điệu Salsa

Hướng

a) Trải đều nước nhúng đậu đen lên một mặt của mỗi chiếc bánh tortilla.

b) Xếp thịt bò nướng deli lên trên nước nhúng đậu, để lại đường viền 1/2 inch xung quanh các cạnh. Rắc một lượng rau diếp, cà chua và pho mát bằng nhau lên mỗi chiếc bánh tortilla.

c) Gấp các cạnh phải và trái vào giữa, các cạnh chồng lên nhau. Gấp cạnh dưới của bánh tortilla lên trên phần nhân và cuộn lại.

d) Cắt mỗi cuộn làm đôi. Phục vụ với salsa, nếu muốn.

52. Tacos thịt bò nướng kiểu Carnitas

Làm cho 6 phần ăn

Nguyên liệu

- 4 miếng thịt bò Flat Iron Steaks (khoảng 8 ounce mỗi miếng)
- 18 bánh ngô nhỏ (đường kính 6 đến 7 inch)
- **Topping:**
- Hành trắng băm nhỏ, ngò tươi xắt nhỏ, chanh nêm
- **Gia vị:**
- 1 chén salsa cà chua đã chuẩn bị
- 1/3 chén rau mùi tươi xắt nhỏ
- 2 muỗng canh nước cốt chanh tươi
- 2 muỗng cà phê tỏi băm
- 1/2 thìa cà phê muối
- 1/4 muỗng cà phê tiêu

- 1-1/2 chén salsa cà chua đã chuẩn bị
- 1 quả bơ lớn, thái hạt lựu
- 2/3 chén rau mùi tươi xắt nhỏ
- 1/2 chén hành trắng băm nhỏ
- 1 muỗng canh nước cốt chanh tươi
- 1 muỗng cà phê tỏi băm
- 1/2 thìa cà phê muối

Hướng

a) các thành phần ướp trong một bát nhỏ. Cho thịt bò bít tết và nước xốt vào túi nhựa an toàn thực phẩm; biến bít tết thành áo khoác. Đóng túi chắc chắn và ướp trong tủ lạnh 15 phút đến 2 giờ.

b)

c) Loại bỏ bít tết khỏi nước xốt; loại bỏ nước xốt. Đặt bít tết trên lưới trên than vừa, phủ tro. Nướng, đậy nắp,

10 đến 14 phút (ở nhiệt độ trung bình trên vỉ nướng gas đã làm nóng trước, 12 đến 16 phút) cho độ chín vừa (145°F) đến trung bình (160°F), thỉnh thoảng trở mặt.

d) các nguyên liệu salsa bơ trong bát vừa. Để qua một bên.

e) Đặt bánh trên lưới. Nướng cho đến khi ấm và hơi cháy. Di dời; giữ ấm.

f) Cắt bít tết thành lát. Phục vụ trong bánh ngô với salsa bơ. Rắc hành, ngò và chanh lên trên, tùy thích.

53. Bánh taco thịt bò nhỏ

Làm 30 chiếc bánh nhỏ xíu

Nguyên liệu

- 12 ounce thịt bò xay (95% nạc)
- 1/2 chén hành tây xắt nhỏ
- 1 tép tỏi, thái nhỏ
- 1/2 chén nước sốt taco nhẹ hoặc trung bình đã chuẩn bị
- 1/2 muỗng cà phê thì là
- 1/4 muỗng cà phê muối
- 1/8 muỗng cà phê tiêu
- 2 gói (2,1 ounce mỗi gói) vỏ phyllo mini đông lạnh (tổng cộng 30 vỏ)
- 1/2 chén hỗn hợp phô mai Mexico giảm chất béo
- **Topping:** Xà lách cắt nhỏ, nho hoặc cà chua bi thái lát, guacamole, kem chua ít béo, ô liu chín thái lát

Hướng

a) Làm nóng lò nướng đến 350°F. Đun nóng chảo chống dính lớn trên lửa vừa cho đến khi nóng. Cho thịt bò xay, hành tây và tỏi vào chảo không dính lớn trên lửa vừa từ 8 đến 10 phút, chia thịt bò thành những miếng nhỏ và thỉnh thoảng khuấy đều. Đổ bỏ nhỏ giọt, nếu cần thiết.

b) Thêm nước sốt taco, thì là, muối và hạt tiêu; nấu và khuấy từ 1 đến 2 phút hoặc cho đến khi hỗn hợp nóng lên.

c)

d) Đặt vỏ phyllo lên khay nướng có viền. Múc đều hỗn hợp thịt bò vào vỏ. Phủ đều phô mai lên trên. Nướng từ 9 đến 10 phút hoặc cho đến khi vỏ giòn và phô mai tan chảy.

e) Top tartlets với rau diếp, cà chua, guacamole, kem chua và ô liu, như mong muốn.

54. Chảo taco phô mai một nồi

Làm 30 chiếc bánh nhỏ xíu

Nguyên liệu

- 1 pound thịt bò nạc xay
- 1 củ hành vàng lớn, thái hạt lựu
- 2 zucchini vừa, hình khối
- 1 quả ớt chuông vàng, thái hạt lựu
- 1 gói gia vị taco
- 1 lon cà chua thái hạt lựu với ớt xanh
- 1 1/2 chén phô mai cheddar hoặc phô mai Monterey

jack

- Hành lá để trang trí
- Rau diếp, gạo, bột mì hoặc bánh ngô để phục vụ

Hướng

a) Đun nóng chảo chống dính lớn trên lửa vừa cho đến khi nóng. thêm thịt bò xay, hành tây,

b) bí xanh và ớt vàng; Nấu từ 8 đến 10 phút, chia thành những miếng nhỏ và thỉnh thoảng khuấy. Đổ bỏ nhỏ giọt nếu cần thiết.

c) Thêm gia vị taco, 3/4 cốc nước và cà chua thái hạt lựu. Vặn nhiệt xuống thấp và đun nhỏ lửa trong 7 đến 10 phút.

d) Rắc phô mai và hành lá lên trên. Không được khuấy.

e) Khi pho mát tan chảy, dọn lên trên một lớp rau diếp, cơm hoặc bột mì hoặc bánh ngô!

55. Tacos đường phố bít tết váy

Làm 6 chiếc bánh tét

Nguyên liệu

- 1 Bít tết váy, cắt thành các phần từ 4 đến 6 inch (1-1/2 đến 2 pound), cắt ngang thớ thành các dải mỏng
- 12 bánh ngô sáu inch
- 1/2 thìa cà phê muối
- 1/4 muỗng cà phê ớt cayenne
- 1/2 muỗng cà phê bột tỏi
- 1/2 muỗng cà phê tỏi băm
- 1 muỗng cà phê dầu
- 1 chén hành tây thái hạt lựu
- 1/2 chén lá ngò, xắt nhỏ
- 2 chén bắp cải đỏ thái lát mỏng

Giấm ngò chanh:

- 3/4 chén lá ngò
- Nước ép từ 2 quả chanh
- 1/3 chén dầu ô liu
- 4 muỗng cà phê tỏi băm
- 1/4 chén giấm trắng
- 4 muỗng cà phê đường
- 1/4 cốc sữa
- 1/2 chén kem chua

Hướng

a) Đun nóng dầu trên lửa vừa. Nêm miếng bít tết đã thái với muối, ớt cayenne và bột tỏi. Thêm bít tết vào chảo và xào cho đến khi chín (8 đến 10 phút). Thêm tỏi và xào thêm 1 đến 2 phút nữa, cho đến khi tỏi có mùi thơm. Tắt bếp và thái hạt lựu bít tết.

b) Đánh cùng tất cả các thành phần cho vinaigrette. Cho hỗn hợp vào máy xay sinh tố và xay cho đến khi mịn, khoảng 1 đến 2 phút.

c) Đổ đầy bánh ngô ấm (dùng hai chiếc cho mỗi chiếc bánh taco) với bít tết, hành tây, rau mùi xắt nhỏ và bắp cải. Mưa phùn với vinaigrette và phục vụ.

SÚP VÀ SA-LÁT

56. Sopa Tarasca

4 phần ăn

Thành phần

Đối với dải bánh tortilla

- 2 bánh ngô, cắt thành dải dài khoảng 2 inch và rộng 1/8 inch
- dầu để chiên dải tortilla

cho súp

- 1 muỗng canh dầu
- 2/3 chén hành trắng xắt nhỏ
- 2 tép tỏi, đại khái băm nhỏ
- 2-1/4 chén cà chua xắt nhỏ không ướp muối với nước ép
- 1 muỗng canh bột ớt ancho nguyên chất
- Khoảng 5 chén nước dùng gà ít natri
- 2 lá nguyệt quế
- 1/2 muỗng cà phê cỏ xạ hương khô
- 1/4 muỗng cà phê kinh giới
- 1/4 muỗng cà phê lá oregano khô
- 1 muỗng cà phê muối, hoặc nếm thử
- 1 chén queso fresco nạo, hoặc mozzarella tươi thay thế
- 2 quả ớt neo, bỏ cuống và hạt, cắt làm đôi và đun sôi trong nước trong 15 phút
- 1/4 chén kem chua
- 1 củ hành lá, băm nhỏ (chỉ phần xanh)

Hướng

a) Chiên các dải bánh tortilla. Đun nóng khoảng 2 inch dầu trong nồi cỡ trung bình đến khoảng 350°F. Chiên các dải tortilla cho đến khi chúng giòn. Xả trên khăn giấy và dự trữ.

b) Nấu súp. Làm nóng chảo trên lửa vừa, cho dầu vào, xào hành và tỏi cho đến khi hành mềm nhưng không bị thâm, khoảng 4-5 phút. Đặt chúng vào máy xay sinh tố; Thêm cà chua với nước ép của chúng và bột ớt, và xay nhuyễn.

c) Thêm một hoặc hai cốc nước dùng (bất cứ thứ gì mà máy xay sinh tố của bạn có thể chứa được), đập để trộn, sau đó đổ hỗn hợp vào nồi.

d) Thêm phần nước dùng còn lại, lá nguyệt quế, húng tây, kinh giới, oregano và muối vào nồi. Đun sôi và đun nhỏ lửa trong 15 phút.

e) Phục vụ súp. Đặt 1/4 chén phô mai và 1/2 ớt ancho mềm vào mỗi bốn bát. Múc súp lên pho mát và phủ kem chua, bánh tortilla và hành lá lên trên.

57. Canh đậu đen

Thành phần

- 1/2 muỗng canh dầu ô liu nguyên chất
- 1/2 chén hành trắng xắt nhỏ
- 3 tép tỏi, đại khái băm nhỏ
- 1 quả ớt neo rất nhỏ, bỏ hạt và xé thành từng miếng nhỏ, hoặc 1/2 quả ớt lớn hơn
- 1 muỗng cà phê ớt chipotle xắt nhỏ
- 1 (15-ounce) lon đậu đen không ướp muối, bao gồm cả chất lỏng 1/2 muỗng cà phê muối
- 3 chén nước dùng gà ít natri
- 1/4 muỗng cà phê thì là
- 1/2 muỗng canh rau mùi xắt nhỏ
- 1 nhánh epazote (tùy chọn)
- 1/2 thìa cà phê ớt ngọt Tây Ban Nha xông khói 1/2 thìa cà phê muối, nếu dùng đậu không ướp muối 1/4 thìa cà phê tiêu đen xay mịn 1 thìa cà phê nước cốt chanh tươi
- 1 muỗng canh sherry khô

Hướng

a) Nấu súp. Đun nóng dầu ô liu trong một cái nồi cỡ trung bình trên lửa vừa cho đến khi nó lấp lánh. Thêm hành tây và nấu cho đến khi nó mềm nhưng không chuyển sang màu nâu.

b) Thêm tỏi và nấu thêm một phút nữa, sau đó thêm cả hai quả ớt và tiếp tục nấu, khuấy thường xuyên trong 1-1/2-2 phút.

c) Thêm các Thành phần còn lại ngoại trừ nước cốt chanh và rượu sherry, đun sôi, đậy nắp một phần và đun nhỏ lửa trong 10 phút.

d) Để hỗn hợp nguội. Loại bỏ và loại bỏ epazote nếu bạn sử dụng nó. Đổ nguyên liệu vào máy xay sinh tố và xay trong 2 phút hoặc cho đến khi xay nhuyễn, chia thành 2 mẻ nếu cần.

e) Cho súp trở lại nồi, đun nhỏ lửa, cho nước cốt chanh và rượu sherry vào khuấy đều và dùng.

58. Súp kiểu Tlapan

6 phần ăn

Thành phần

- 2 quả cà chua, nướng
- 6 chén nước dùng gà ít natri
- 1/2 pound ức gà không xương, không da 1 muỗng canh dầu ô liu nguyên chất 1 chén hành trắng thái nhỏ
- 2 tép tỏi, băm nhỏ
- 3/4 chén cà rốt gọt vỏ và thái nhỏ
- 1-1/2 chén đậu garbanzo, để ráo nước và rửa sạch
- 1 chén zucchini thái nhỏ
- 1/2 chén đậu xanh đông lạnh, rã đông
- 1 quả ớt chipotle khô, hoặc một quả ớt chipotle cộng với 1 thìa cà phê sốt adobo
- 1 thìa cà phê nước cốt chanh mới vắt 1/4 thìa cà phê tiêu đen xay mịn 1/4 thìa cà phê muối, hoặc tùy khẩu vị
- 1 quả bơ chín vừa, cắt thành miếng 1/2-inch 1/4 cốc phô mai cotija bào (tùy chọn) Nêm chanh

Hướng

a) Chuẩn bị cà chua. Nghiền cà chua trong máy xay sinh tố hoặc máy chế biến thực phẩm và lọc qua lưỡi dao mịn của máy xay thực phẩm hoặc đẩy chúng qua lưới lọc. Dự trữ.
b) Nấu chín và xé nhỏ thịt gà. Cho nước dùng và ức gà vào nồi lớn, đun nhỏ lửa và chỉ nấu cho đến khi gà chín, khoảng 10 phút. Lấy gà ra và để dành nước dùng.
c) Khi gà đủ nguội để xử lý, xé nhỏ và chia cho bốn bát súp.

d) Nấu súp. Đun nóng một nồi lớn trên lửa vừa. Thêm dầu ô liu và hành tây và xào cho đến khi hành tây bắt đầu chuyển sang màu nâu, khoảng 5 phút. Thêm tỏi và nấu thêm 1 phút nữa. Thêm nước dùng dành riêng và các thành phần còn lại trừ bơ và phô mai, đun nhỏ lửa trong 8-10 phút.

e) Kết thúc và phục vụ súp. Bỏ ớt ra và múc súp lên gà đã nấu chín. Thêm các phần bơ bằng nhau vào mỗi bát và phủ một ít phô mai lên trên nếu muốn. Phục vụ với chanh nêm ở bên cạnh.

59. Súp Puebla

4 phần nửa cốc

Thành phần

- 2-1/2 muỗng canh dầu ăn
- 4 ounce khoai tây gọt vỏ và xắt nhỏ
- 3-1/4 chén nước dùng gà ít natri
- 1 chén hành trắng xắt nhỏ
- 2 chén zucchini bóc vỏ và xắt nhỏ
- 3/4 chén ớt Poblano rang, bóc vỏ, bỏ hạt và xắt nhỏ
- 1/4 muỗng cà phê cỏ xạ hương khô
- 1/4 muỗng cà phê muối
- 3/4 cốc 2% sữa
- 2 ounce sữa tách kem

Hướng

a) Nấu khoai tây và làm nước dùng. Đun nóng nồi trên lửa vừa. Đun nóng 1/2 thìa dầu ăn rồi cho khoai tây vào.
b) Xào khoai tây cho đến khi chúng bắt đầu mềm, nhưng không để chúng chuyển sang màu nâu, trong 4-5 phút. Thêm 1-1/4 chén nước dùng vào nồi, đậy nắp và đun nhỏ lửa trong 5 phút.
c) Đổ nước dùng và khoai tây vào máy xay sinh tố, xay khoảng 2 phút. Thêm nước dùng còn lại và xung để kết hợp.

d) Nấu rau. Trên lửa vừa, làm tan dầu ăn còn lại trong cùng một nồi mà bạn đã nấu khoai tây. Cho hành tây và bí ngòi vào xào cho đến khi hành tây mềm nhưng không bị thâm, khoảng 5 phút.

e) Nấu súp. Thêm phần còn lại của ớt, cỏ xạ hương, muối, khoai tây trộn và nước dùng vào rau và đun nhỏ lửa trong 5 phút. Khuấy sữa và đun nhỏ lửa trong 5 phút nữa.

60. Xà lách khoai tây

4 phần ăn

Thành phần
cho băng

- 1/8 muỗng cà phê muối
- 1/4 muỗng cà phê tiêu
- 2 muỗng canh dầu ô liu siêu nguyên chất
- 1 muỗng canh hẹ thái nhỏ
- 1 muỗng canh mùi tây thái nhỏ
- 1 muỗng canh rau mùi thái nhỏ

cho món salad

- 1-1/4 cốc cà rốt thái hạt lựu, miếng 1/2 inch
- 2-1/2 chén khoai tây gọt vỏ và thái hạt lựu, miếng 1/2-inch
- 2 ounce chorizo, bỏ da, thái nhỏ
- 1 ớt Serrano, bỏ hạt và gân, băm nhỏ
- 1 quả bơ vừa đến lớn, cắt thành miếng 1/2 inch (tùy chọn)

Hướng

a) Làm băng. Trong một cái bát, đánh đều muối và hạt tiêu. Thêm dầu ô liu vào một dòng chảy chậm, đánh liên tục để tạo nhũ tương, sau đó thêm hẹ, rau mùi tây và rau mùi và trộn đều.

b) Nấu khoai tây và cà rốt. Đun sôi 6 cốc nước. Thêm muối và cà rốt và đun nhỏ lửa cho đến khi cà rốt rất mềm nhưng không bị nhũn. Dùng rây lọc cà rốt đã nấu chín và rửa dưới vòi nước lạnh để ngừng nấu.

c) Nấu khoai tây trong cùng một loại nước cho đến khi rất mềm nhưng không bị nhũn và để ráo nước trong một cái chao. Rửa sạch dưới vòi nước lạnh để ngừng nấu.

d) Nấu chorizo. Đun nóng chảo chống dính trên lửa vừa và thêm chorizo. Ngay khi nó bắt đầu xèo xèo, hãy thêm Serrano và tiếp tục nấu, khuấy và chia nhỏ chorizo bằng thìa nhựa hoặc thìa gỗ, cho đến khi nó có màu vàng và bắt đầu giòn.

e) Hoàn thành món salad. Khi chorizo đã chín, bắc chảo ra khỏi bếp. Để nguội trong 1 phút, sau đó cho cà rốt và khoai tây đã để sẵn vào khuấy đều.

f) Cạo tất cả mọi thứ vào một cái bát cỡ vừa, thêm nước sốt và bơ, nếu dùng, và trộn nhẹ nhàng nhưng kỹ lưỡng.

61. Salad của nhà sản xuất Tequila

4 phần ăn

Thành phần

cho băng

- 2 muỗng canh sangrita
- 1 muỗng canh cộng với 2 muỗng cà phê nước cốt chanh mới vắt
- 1/4 chén dầu ô liu nguyên chất
- muối để hương vị
- 3/4 muỗng cà phê tiêu đen mới xay, hoặc nếm thử

cho món salad

- 1 chén nopalitos, ướp muối hoặc luộc cho đến khi mềm
- 2 chén đậu garbanzo, rửa sạch và để ráo nước
- 2 chén rau bina tươi, đóng gói
- 1 quả cà chua lớn, cắt miếng vừa ăn
- 1 quả bơ lớn hoặc 2 quả nhỏ, xắt nhỏ
- 2 củ hành xanh, thái nhỏ
- 1/4 chén rau mùi băm nhỏ
- 4 ounce queso bích họa

Hướng

a) Làm băng. Trong một bát vừa và nhỏ, đánh đều sangrita và nước cốt chanh.
b) Tiếp tục đánh mạnh khi bạn thêm dầu ô liu vào một dòng chảy chậm, cho đến khi nước sốt nhũ hóa. Khuấy muối và hạt tiêu.
c) Làm món salad. Kết hợp tất cả các thành phần salad trong một bát lớn. Thêm băng và quăng tốt.

62. Ensalada de col

Thành phần

cho băng

- 2 muỗng canh cộng
- 2 thìa cà phê muối
- 1/2 muỗng cà phê hạt tiêu đen xay mịn 1/3 chén dầu

Đối với các slaw

- 12 ounce bắp cải xanh thái nhỏ hoặc thái nhỏ
- 6 lạng bắp cải tím thái nhỏ hoặc thái nhỏ
- 4 ounces cà rốt bào sợi

Hướng

a) Làm băng. Đánh đều muối và hạt tiêu, sau đó cho dầu vào đánh với tốc độ chậm.

b) Làm cho slaw. Kết hợp các thành phần slaw trong một bát lớn và trộn với nước sốt. Để miếng thịt lợn ở nhiệt độ phòng trong 3 đến 4 giờ, khuấy nó khoảng nửa giờ một lần. Sau thời gian đó, bắp cải sẽ mềm và ngấm gia vị.

c) Đổ cá viên vào một cái rây lớn để loại bỏ chất lỏng dư thừa (và muối) và làm lạnh cho đến khi sẵn sàng phục vụ, thỉnh thoảng đổ bỏ chất lỏng dư thừa.

d) Các slaw giữ, trong tủ lạnh, trong khoảng một tuần.

Nướng

63. tostadas cơ bản

4 phần ăn, 2 tostadas mỗi phần

Thành phần

- 8 vỏ tostada tortilla
- 1/2 chén đậu chiên
- 3/4 chén Chorizo, Khoai tây và Cà rốt
- 1 chén rau diếp thái nhỏ
- 3/4 chén cà chua xắt nhỏ
- 2 muỗng canh phô mai dê thái nhỏ
- điệu Salsa

Hướng

a) Đặt 2 vỏ tostada trên mỗi 4 đĩa và rải khoảng 2 thìa đậu lên mỗi đĩa.

b) Rưới một lượng tương đương Chorizo, Khoai tây và Cà rốt, rau diếp, cà chua và pho mát lên trên và dùng kèm với salsa.

64. Gorditas khoai tây

Khoảng 16 Gorditas

Thành phần

- 14 ounce masa đã chuẩn bị cho bánh ngô, hoặc 1-1/2 cốc Maseca và 1 cốc cộng với 1 thìa canh nước
- 9 ounce khoai tây nâu đã gọt vỏ (cân sau khi gọt vỏ), cắt thành miếng 1/2 inch
- 2 muỗng cà phê dầu ăn, cộng với bình xịt nấu ăn để chiên Gorditas
- 1/2 thìa cà phê muối
- Pico de Gallo, hoặc salsa yêu thích của bạn
- 1/2 chén sốt bơ

Hướng

a) Chuẩn bị masa. Nếu bạn đang sử dụng Maseca cho bánh ngô, hãy đặt 1-1/2 cốc vào bát cỡ vừa và khuấy trong 1 cốc cộng với 1 thìa canh nước bằng thìa gỗ. Nhào bột trong khoảng 2 phút, hoặc cho đến khi bột khá mịn, sau đó để bột nghỉ trong 30 phút, dùng màng bọc thực phẩm bọc lại để bột ngậm nước hoàn toàn.

b) Bột nên nặng khoảng 14 ounce.

c) Nấu khoai tây và hoàn thành bột. Cho khoai tây vào nồi, đổ ngập vài inch nước và đun nhỏ lửa cho đến khi dùng dao gọt dễ dàng đâm thủng khoai tây.

d) Để ráo khoai tây và cho qua máy nghiền khoai tây hoặc nghiền kỹ. Khuấy dầu ăn và muối. Để hoàn thành bột, kết hợp 14 ounce masa tortilla và hỗn hợp khoai tây nghiền.

e) Hình thành các Gorditas. Vỗ miếng bột 1-1/2-ounce thành hình tròn. Chúng phải dày từ 1/8 đến 1/4 inch. Đun nóng chảo chống dính trên lửa vừa (khoảng 350°-375°F nếu bạn có nhiệt kế laze).

f) Thêm một lượng vừa đủ bình xịt nấu ăn để tạo màng trên bề mặt và nấu bột cho đến khi bột bắt đầu chuyển sang màu vàng nâu ở mặt dưới, khoảng 4 phút. Xoay gorditas và nấu thêm 4 phút ở phía bên kia.

g) Phủ lên chúng một ít Pico de Gallo, Guacamole hoặc bất cứ thứ gì khác mà bạn thích và phục vụ.

65. Tostada phủ thịt bò

Năng suất: 4 phần ăn

Nguyên liệu

- Phục vụ tostadas mặt mở với kem chua hoặc salsa.
- 4 bánh bột mì lớn
- 1 pound thịt bò nạc xay
- 1 củ hành tây, xắt nhỏ
- 1 mỗi hạt tiêu jalapeno, bỏ hạt và thái hạt lựu
- 1 tép tỏi, băm nhỏ
- 1 thìa ớt bột
- 1 muỗng cà phê thì là
- $\frac{1}{4}$ muỗng cà phê muối
- tiêu nhúm
- 1 quả cà chua lớn, bỏ hạt và xắt nhỏ
- 1 cốc mỗi loại: rau diếp thái nhỏ

Hướng

a) bánh tortillas ở một vài nơi; cho từng món vào lò vi sóng trên giá ở tốc độ cao trong 1-$\frac{1}{2}$ đến 2 phút hoặc cho đến khi vừa chín tới, quay đi quay lại một lần.
b) Đặt trên đĩa lò vi sóng. Trong bát 8 cốc, băm nhỏ thịt bò, thêm hành tây, ớt jalapeno và tỏi. Cho vào lò vi sóng ở nhiệt độ cao, khuấy thường xuyên trong 3-5 phút hoặc cho đến khi thịt không còn màu hồng. Khuấy bột ớt, thì là, muối và hạt tiêu. Thêm cà chua, cho vào lò vi sóng ở tốc độ cao trong 1-2 phút hoặc cho đến khi nóng. Dùng thìa có rãnh, chia bánh tortillas, rắc rau diếp, sau đó là phô mai.
c) Lò vi sóng ở nhiệt độ cao trong 30-60 giây hoặc cho đến khi phô mai tan chảy.

66. tostada gà chipotle

Năng suất: 4 phần ăn

Nguyên liệu

- 2 ức gà nguyên con, không xương và không da
- x Muối tiêu
- $1\frac{1}{2}$ chén salsa rang Rosarita, med.
- $\frac{1}{4}$ cốc nước cam
- 1 muỗng canh ớt chipotle đóng hộp, xay nhuyễn
- 2 lon (16 oz. ea.) Rosarita Đậu Chiên Truyền Thống Không Béo
- 4 vỏ tostado lớn, có rãnh, được làm nóng
- 2 chén rau diếp xé
- 1 chén Phô mai Cheddar ít béo bào nhỏ
- 1 chén cà chua thái hạt lựu
- $\frac{1}{2}$ cốc kem chua ít béo (tùy chọn)
- $\frac{1}{4}$ chén ô liu đen chín thái lát
- $\frac{1}{4}$ chén hành lá thái lát

Hướng

a) Đặt gà vào đĩa nướng thủy tinh nông. Rắc muối và hạt tiêu cho vừa ăn. Nướng ở nhiệt độ 350 độ F trong 20 đến 25 phút hoặc cho đến khi thịt gà có màu nâu nhạt và mềm. Cắt thành dải hoặc cắt nhỏ bằng nĩa. Trong một bát trộn nhỏ, kết hợp thịt gà, 1 chén salsa Rosarita, nước cam và ớt chipotle; trộn đều. Để qua một bên.

b) Kết hợp đậu chiên Rosarita và salsa Rosarita còn lại trong chảo. Đun nóng trên lửa vừa 5-7 phút, khuấy thường xuyên. Đặt 1 muỗng canh hỗn hợp đậu nóng vào giữa mỗi 4 đĩa phục vụ.

c) Đặt vỏ tostada đã được làm nóng trước lên trên hỗn hợp đậu nóng để ngăn chuyển động.

d) Chia đều các nguyên liệu cho vỏ tostada và xếp lớp theo thứ tự sau: hỗn hợp đậu, hỗn hợp salsa gà, rau diếp, phô mai cheddar, cà chua, kem chua, ô liu và hành lá.

67. Tostada sundae kem sữa dừa

Năng suất: 6 phần ăn

Nguyên liệu

- 1 chén dừa dải
- 6 ly Tostada tráng miệng
- Sốt Dứa-Hồi Hương

Hướng

a) Cho dừa vào chảo không dầu và đảo trên lửa vừa cho đến khi có những đốm nâu vàng, khoảng 2 phút.
b) Để lắp ráp, đặt 2 hoặc 3 muỗng Kem sữa dừa vào giữa mỗi cốc tostada.
c) Rưới nước sốt dứa hồi và dừa nạo sợi lên trên. Ăn ngay.

68. Tostadas tôm với guacamole

Năng suất: 4 phần ăn

Nguyên liệu

Guacamole

- 2 quả bơ lớn
- 2 muỗng cà phê nước cốt chanh tươi
- ½ muỗng cà phê muối
- 2 củ hành lá
- 1 quả cà chua nhỏ gọt vỏ; làm tư
- 1 tép tỏi
- 1 quả ớt cay nhỏ bỏ hạt

Tôm và tostadas

- Dầu để chiên
- 8 bánh ngô
- 32 con tôm vừa
- 1 lon 16 oz. đậu chiên
- 2 muỗng canh dầu
- Salsa tươi
- Bát nhỏ rau diếp xắt nhỏ, hành tây,
- Queso Fresco
- Mùi tây.

Hướng

a) Guacamole: Cắt đôi quả bơ và loại bỏ hạt, Múc thịt bơ ra khỏi vỏ và cho vào máy xay thực phẩm, thêm nước cốt chanh, chế biến cho đến khi nhuyễn.

b) Thêm muối, hành tây, cà chua, tỏi và hạt tiêu nhỏ vào hỗn hợp và chế biến lại cho đến khi nhuyễn mịn. Chuyển sang một cái bát nhỏ để mang đến bàn.

c) Chiên bánh tortillas: Đun nóng 1 inch dầu trong chảo nông 8"-9". Cho từng chiếc bánh tortillas vào dầu và chiên vàng đều các mặt. Lấy ra ngay, để ráo trên khăn giấy.

d) Nướng tôm, sơ chế đậu:

e) Xiên tôm vào xiên 8 10" và nướng trên than. Trong khi nấu tôm, chuyển đậu đã chiên từ hộp sang chảo

f) Thêm 2 muỗng canh dầu, khuấy đều và đun trên lửa nhỏ. Khi tôm chín, lấy xiên ra, chuyển sang đĩa nhỏ và bày ra bàn.

g) Khách nên tự làm tostadas. Trải đậu đã chiên lên trên bánh tostada chiên. Sắp tôm lên trên và múc một ít salsa và guacamole lên tôm. Sau đó thêm một ít rau diếp, hành tây và phô mai lên trên. Lên trên với rau mùi tây hoặc rau mùi.

MÓN TRÁNG MIỆNG

69. bánh flan

Năng suất: 4 phần ăn

Nguyên liệu

- 4 trứng lớn
- 1 lon (14 Oz) Sữa đặc; ngọt
- 1 lon (12 Oz.) Sữa cô đặc
- 6 ounce kem phô mai
- 1 muỗng cà phê Tinh dầu vanilla

Hướng

a) Trộn trứng, sữa và vani với nhau.

b) Làm mềm pho mát kem và trộn nó với các thành phần khác.

c) Cẩn thận không trộn kem phô mai quá nhiều nếu không nó sẽ tạo ra các túi khí trong bánh flan.

d) Chuẩn bị caramen bằng cách nấu $\frac{1}{2}$ cốc đường trên lửa nhỏ cho đến khi đường hóa lỏng. Sử dụng một hộp kim loại để làm điều này.

e) Cho lượng caramen vừa đủ vào khuôn/ ramekin để phủ đáy khuôn.

f) Khi đường cứng lại, đổ bột bạn đã chuẩn bị ở bước 1 và 2 vào chảo/ ramekin.

g) Đặt chảo/ ramekin vào bain-marie. Chảo/ramekin chứa nguyên liệu phải ngập $\frac{3}{4}$ trong nước.

h) Nướng ở nhiệt độ 325 độ F trong khoảng $\frac{1}{2}$ giờ. Bánh flan chín khi dùng dao/tăm chọc vào rút ra sạch.

i)

70. bánh mì thịt Mexico

Năng suất: 1 phần ăn

Nguyên liệu

- 1 đồng Thịt xay
- 1 Trứng
- 1 nhỏ hành tây xắt nhỏ
- Muối tỏi
- Mùi tây
- $\frac{1}{2}$ cốc vụn bánh mì
- $\frac{1}{2}$ cốc Sữa
- 1 muỗng canh Mù tạc
- 2 Viên nước dùng thịt bò
- 1 muỗng canh nước sốt Worrouershire
- 5 Cà rốt nhưng theo chiều dọc
- 1 lon nước ép cà chua
- 2 phương tiện Những quả khoai tây

Hướng

a) Trộn thịt xay, trứng, hành tây, muối tỏi, rau mùi tây, vụn bánh mì, sữa và mù tạt với nhau cho thật chắc.
b) Lăn qua bột mì với ớt bột, muối và tiêu. Nướng vàng trên chảo điện, vàng đều các mặt. Thêm các viên nước dùng, sốt Worrouershire, cà rốt, nước ép cà chua và khoai tây.
c) Nấu cùng với thịt trong khoảng 1 giờ 15 phút hoặc cho đến khi chín kỹ.

71. Paleta dưa hấu bắn

Thời gian chuẩn bị 15 phút

Thành phần

- 4 chén dưa hấu thái hạt lựu, không hạt
- ½ cốc rượu tequila (Corralejo reposado)
- 3 muỗng canh. Nước cốt chanh, tươi
- ½ chén đường hoặc chất làm ngọt bạn chọn
- 10 muỗng cà phê. bột ớt Tajin

Hướng

a) Cho dưa hấu, rượu tequila, nước cốt chanh và đường vào máy xay sinh tố và xay cho đến khi mịn.
b) Đặt 1 muỗng cà phê. bột ớt ở dưới cùng của mỗi khuôn popsicle.
c) Đổ hỗn hợp dưa hấu vào khuôn, đậy nắp, chèn que kem và đông lạnh qua đêm.

72. Carlota de Limon

Khẩu phần: 8 khẩu phần

Thành phần

- 1 gói (16 oz.). Đậu phụ lụa (mềm)
- 1/3 cốc sữa hạnh nhân, không đường
- 1 chén Đường, hoặc chất làm ngọt yêu thích của bạn
- 1/3 cốc nước cốt chanh, tươi
- 2 gói (tay áo) bánh quy Vegan Maria

Hướng

a) Cho đậu phụ, đường và sữa hạnh nhân vào máy xay. Bật máy xay sinh tố ở chế độ thấp và thêm dần nước cốt chanh vào, cho đến khi hỗn hợp đặc lại và phủ lên mặt sau của thìa.

b) Lót giấy da vào đáy đĩa nướng thủy tinh 8 × 8, thêm một lớp kem chanh và phủ một lớp bánh quy lên trên rồi đổ một ít hỗn hợp kem chanh lên trên; đủ để bao phủ chúng nhưng không nhấn chìm chúng.

c) Lặp lại quá trình này bằng cách thêm một lớp bánh quy khác rồi phủ kem chanh lên trên, lặp lại cho đến khi sử dụng hết hỗn hợp kem chanh và bánh quy.

d) KHÔNG ĐƯỢC NHẤP XUỐNG BÁNH COOKIES. Bạn muốn có một lớp kem chanh ngon ở giữa những chiếc bánh quy và ấn chúng xuống bằng cách đẩy kem chanh sang hai bên.

e) Đặt bánh trong tủ lạnh ít nhất 4 giờ hoặc cho đến khi nó được thiết lập.

f) Đảo ngược món nướng lên đĩa. Cẩn thận bóc giấy da.

73. Slushie xoài và chamoy

Khẩu phần: 2 khẩu phần

Thành phần

hoa cúc

- 1 chén quả mơ khô
- 2 cốc nước
- 2-3 muỗng canh. bột cá cơm Chile
- 2 muỗng canh. Nước cốt chanh, tươi

cháo

- 1 cốc + 2 muỗng canh. xoài, thái hạt lựu
- 1 cốc nước đá
- 6 muỗng canh. hoa cúc
- 1 Chanh, nước ép của
- Bột Chile để nếm (tajín)

Hướng

a) Để làm món chamoy, bạn cho quả mơ khô và nước vào nồi rồi đun sôi. Hạ nhiệt và đun nhỏ lửa trong 30 phút. Để qua một bên.

b) Dự trữ $\frac{3}{4}$ cốc nước nấu quả mơ.

c) Lấy quả mơ đã ninh nhừ, nước nấu dành riêng, bột ớt ancho, nước cốt chanh và trộn cho đến khi mịn. Thêm nhiều hoặc ít nước để có độ đặc loãng hơn hoặc đặc hơn. (Tôi để lại của tôi một chút ở mặt dày.) Để nguội.

d) Để làm nước sốt, đặt $\frac{1}{2}$ cốc xoài dưới đáy cối xay sinh tố, thêm một lớp đá, tiếp tục xen kẽ các lớp này với phần đá còn lại và 1 cốc xoài.

e) Trộn ở tốc độ trung bình cho đến khi bạn còn lại một hỗn hợp sệt sệt. Các mảnh băng, mặc dù nhỏ, vẫn nên được nhìn thấy.

f) Để lắp ráp, lấy ra ly và đổ một muỗng canh. của chamoy ở dưới cùng của mỗi một. Thêm một lớp xoài sệt, tiếp theo là một muỗng canh khác. của hoa cúc. Lặp lại một lần nữa.

g) Rắc 1 muỗng canh. của xoài thái hạt lựu trên đầu mỗi bùn đã hoàn thành. Vắt nửa quả chanh vào mỗi ly và cho thêm lượng bột ớt tùy thích. Phục vụ bằng thìa và ống hút.

1.

74. mousse sô cô la

Khoảng 10 phần tư cốc

Thành phần

- 1 pound đậu phụ lụa hoặc mềm
- 1 muỗng cà phê chiết xuất vani
- 1 thìa mật ong
- 3/4 muỗng cà phê bột ớt ancho nguyên chất 1/8 muỗng cà phê muối
- 1/4 muỗng cà phê quế
- 5-1/4 ounce sô cô la đen cắt thành miếng rất nhỏ
- 3 muỗng canh Kahlua, Grand Marnier, chất thay thế Cointreau, hoặc triple sec, hoặc nước cam

Hướng

a) Cho đậu phụ, vani, mật ong, bột ớt, muối và quế vào tô của máy xay thực phẩm có gắn lưỡi thép.
b) Đặt một cái bát bằng thép không gỉ trên một nồi nước sôi vừa và nhỏ. Thêm sô cô la và rượu mùi hoặc nước cam vào nồi và khuấy thường xuyên bằng thìa gỗ cho đến khi sô cô la tan chảy hoàn toàn, 1-2 phút.
c) Cho hỗn hợp sô cô la vào máy xay thực phẩm và chế biến với các nguyên liệu khác trong 1 phút, dừng lại khi cần thiết để cạo xuống các thành bát. Đổ hỗn hợp vào một bát lớn hoặc vào các đĩa nhỏ phục vụ riêng biệt.
d) Che bằng bọc nhựa và làm lạnh trong vài giờ.

75. Chuối và quýt với sốt vani

4 phần tư cốc

Thành phần

Đối với nước sốt mãng cầu

- 1/4 muỗng cà phê quế
- 2 cốc sữa đậu nành hương vani
- 1 muỗng canh dầu ăn
- 2 muỗng canh mật hoa agave
- 1/2 muỗng cà phê chiết xuất vani
- 1/4 muỗng cà phê muối

Kết thuc

- 3 chén chuối thái hạt lựu
- 1 chén cam quýt

Hướng

a) Làm sốt mãng cầu. Cho quế vào một cái chảo nhỏ và khuấy sữa đậu nành một hoặc 2 thìa một lúc cho đến khi kết hợp tốt.

b) Khuấy phần sữa còn lại thành một dòng mỏng và thêm dầu ăn. Đun sôi và đun nhỏ lửa cho đến khi nó đặc lại với độ đặc của sữa trứng nhẹ, khoảng 10 phút.

c) Kết thúc món tráng miệng. Để nước sốt hơi sôi và rưới lên trái cây đã cắt.

76. Sorbete de Jamaica

5 phần nửa cốc

Thành phần

- 2-1/2 chén lá Jamaica khô (có bán ở cửa hàng tạp hóa Tây Ban Nha)
- 1 lít nước
- 1/2-ounce gừng tươi, thái nhỏ 1 chén đường
- 1 muỗng canh nước cốt chanh mới vắt
- 2 muỗng canh limoncello

Hướng

a) Pha trà. Cho lá Jamaica vào nồi hoặc bát, đun sôi nước rồi đổ lên lá. Che và dốc trong 15 phút. Lọc trà và loại bỏ Jamaica.

b) Làm đế sorbet. Cho gừng vào máy xay sinh tố, thêm 1 tách trà và xay cho đến khi nhuyễn hoàn toàn trong 1-2 phút. Thêm 1-1/2 tách trà khác và trộn lại.

c) Đổ đế sorbet vào nồi, thêm đường và đun sôi, khuấy đều để đường tan. Lấy nồi ra khỏi bếp ngay khi đế sorbet sôi. Khuấy nước cốt chanh và để nguội. Làm lạnh phần đế cho đến khi đạt đến 60°F.

d) Đóng băng sorbet. Thêm limoncello vào đế ướp lạnh và đổ vào máy làm kem. Đóng băng theo hướng dẫn của nhà sản xuất cho đến khi nó đông lại nhưng vẫn còn nhão, 20-30 phút.

77. xoài nướng

4 phần ăn

Thành phần

- 4 quả xoài chín
- 3 muỗng cà phê mật hoa agave, hoặc bình xịt đường nấu ăn thay thế
- chanh nêm

Hướng

Làm nóng vỉ nướng ở nhiệt độ cao hoặc làm nóng chảo nướng ở nhiệt độ cao.

a) Thái lát xoài. Luôn khó biết chính xác hạt xoài ở đâu, vì vậy thử và sai là giải pháp tốt nhất. Mục tiêu là cắt xoài thành miếng càng lớn càng tốt mà không bao gồm hạt. Đặt một quả xoài nằm nghiêng và cắt đôi, bỏ phần giữa để bỏ hạt.

b) Cắt ba mặt còn lại của xoài theo cách tương tự. Tiếp theo, cắt chéo trái cây thành các ô vuông khoảng 1/2 inch.

c) Bằng cách cắt trái cây chỉ đến vỏ nhưng không xuyên qua nó. Thực hiện các vết cắt cách nhau nửa inch theo một chiều, sau đó thực hiện tương tự theo cách khác để tạo ra thiết kế hình chữ thập.

d) Chuẩn bị xoài thái lát. Phết một ít mật hoa thùa lên bề mặt cắt của từng quả xoài, sau đó xịt một ít bình xịt nấu ăn.

e) Nướng xoài, mặt thịt úp xuống, trong một hoặc hai phút, hoặc chỉ cho đến khi chúng có vết nướng, nhưng không nấu chúng cho đến khi chúng mềm và chín hoàn toàn.

f) Giữ kết cấu chắc chắn và độ tương phản giữa bề mặt nóng và bên trong mát hơn là rất quan trọng.

g) Phục vụ xoài với nêm chanh.

78. Pudding trái cây nhanh

4 phần ăn

Thành phần

- 2 quả chuối, bóc vỏ, thái thành những viên tròn 1/2 inch và để đông lạnh trên một tờ giấy nhôm
- 3 chén xoài gọt vỏ và xắt nhỏ, hoặc trái cây khác
- 2 muỗng canh nước cốt chanh mới vắt
- 2 muỗng cà phê mật hoa agave
- 1/8 muỗng cà phê muối
- lá bạc hà

Hướng

a) Cho tất cả nguyên liệu vào cối của máy xay thực phẩm có lưỡi thép hoặc máy xay sinh tố và chế biến cho đến khi hóa lỏng, mịn và có dạng kem.

b) Trang trí với bạc hà.

79. Chuối nướng nước dừa

4 phần ăn

Thành phần

- 1/2 chén nhỏ nước cốt dừa
- 2 muỗng canh mật hoa agave
- 1 muỗng canh nước
- 4 quả chuối, bóc vỏ

Hướng

a) Làm nước cốt dừa. Đun sôi nước cốt dừa và mật hoa agave trong một cái chảo nhỏ.
b) Nướng chuối và phục vụ. Làm nóng vỉ nướng hoặc chảo nướng ở nhiệt độ cao.
c) Phết chuối với một ít nước sốt dừa, để lại phần còn lại và nướng cả hai mặt cho đến khi chúng có vết nướng và mới bắt đầu mềm. Đừng nấu quá chín nếu không chúng sẽ bị nát.
d) Dọn chuối lên trên với một ít nước sốt.

80. Mango Sorbet

8 phần ăn cốc thứ ba

Thành phần

- 2-1/2 chén xoài gọt vỏ, bỏ hạt và xắt nhỏ
- 3-1/2 muỗng canh đường
- Quét 2/3 cốc nước
- 1/2 muỗng cà phê quế
- 1/2 muỗng cà phê hạt tiêu xay
- 1 muỗng canh limoncello

Hướng

a) Trộn tất cả các thành phần cho đến khi nhuyễn.

b) Đổ hỗn hợp nhuyễn vào máy làm kem và đóng băng theo hướng dẫn của nhà sản xuất.

c) Nó thường mất từ 15 đến 20 phút.

81. <u>bánh flan</u>

6 phần ăn bốn ounce

Thành phần

- 1 cốc sữa cô đặc không béo
- 1 cốc sữa 2%
- 1/4 cốc sữa đặc không béo
- 1 muỗng cà phê chiết xuất vani
- 2 quả trứng lớn
- 4 lòng trắng trứng từ quả trứng lớn
- bình xịt nấu ăn
- 6 muỗng cà phê mật hoa agave

Hướng

a) Làm nóng lò nướng của bạn ở nhiệt độ 325°F.
b) Làm đế bánh flan. Kết hợp các thành phần, ngoại trừ bình xịt nấu ăn và mật hoa cây thùa, trong máy xay sinh tố và trộn cho đến khi kết hợp hoàn toàn, khoảng 1 phút.
c) Chuẩn bị bánh flan để nướng. Xịt sáu ramekin 4 ounce an toàn cho lò nướng bằng một ít bình xịt nấu ăn và đặt chúng vào đĩa nướng sao cho chúng vừa khít với nhau. Đổ đầy các ramekins vào trong vòng 1/4 inch so với mặt trên bằng đế bánh flan. Đổ đủ nước máy rất nóng vào đĩa nướng để ngập đến nửa mặt của ramekins.
d) Nướng bánh flan. Đặt đĩa nướng với ramekin đã đổ đầy vào lò nướng trong 40 phút hoặc cho đến khi bánh flan đông lại và vừa cứng lại. Lấy đĩa nướng ra khỏi lò và ramekin ra khỏi đĩa.
e) Để bánh flan nguội, sau đó bọc chúng bằng màng bọc thực phẩm và cho vào tủ lạnh cho đến khi lạnh. Phục vụ mỗi bánh flan với 1 muỗng cà phê mật hoa agave.

ĐIỀU KIỆN

82. sốt rau mùi

Năng suất: 3 cốc

Nguyên liệu

- 2 phương tiện (Các) củ hành tây, cắt làm tư
- 5 Công tỏi
- 1 Ớt chuông xanh,
- Bỏ lõi, bỏ hạt, thái hạt lựu
- 12 ớt cachucha
- Thân và hạt hoặc
- 3 muỗng canh Ớt chuông đỏ thái hạt lựu
- 1 bó Ngò
- Rửa sạch và bỏ cuống
- 5 C i l a ntro lá
- 1 muỗng cà phê oregano khô
- 1 cái ly Dầu ôliu siêu nguyên chất
- ½ cốc giấm rượu vang đỏ
- Muối và tiêu

Hướng

a) Xay nhuyễn hành, tỏi, ớt, rau mùi và oregano trong máy xay thực phẩm. Thêm dầu ô liu, giấm, muối và hạt tiêu và xay nhuyễn cho đến khi mịn.

b) Điều chỉnh gia vị, thêm muối hoặc giấm cho vừa ăn.

c) Chuyển nước sốt vào lọ thủy tinh sạch. Làm lạnh, nó sẽ giữ được trong vài tuần.

83. bột adobo Mexico

Năng suất: 1 cốc

Nguyên liệu

- 6 muỗng canh Muối kosher
- 2 muỗng canh tiêu sọ
- 2 muỗng canh hạt thì là
- 2 muỗng canh Bột tỏi

Hướng

a) Kết hợp muối, hạt tiêu và hạt thì là trong chảo khô và nấu trên lửa vừa cho đến khi các loại gia vị được nướng nhẹ và có mùi thơm, khoảng 3 phút. Chuyển hỗn hợp vào một cái bát để nguội.

b) Cho hỗn hợp gia vị đã rang và bột tỏi vào máy xay gia vị và xay thành bột mịn.

c) Lưu trữ trong hộp kín; nó sẽ giữ trong vài tháng.

84. Sofrito xanh Mexico

Năng suất: 1 cốc

Nguyên liệu

- 2 muỗng canh dầu ô liu
- 1 nhỏ Hành)
- Thái nhỏ (1/2 chén)
- 1 bó hành lá, tỉa
- Thái nhỏ
- 4 (Các) nhánh tỏi, băm nhỏ
- 1 Ớt chuông xanh
- Có lõi, có hạt
- Thái nhỏ
- $\frac{1}{4}$ cốc Rau mùi, xắt nhỏ
- 4 lá chùm ngây
- thái nhỏ (opt)
- $\frac{1}{2}$ thìa cà phê Muối hoặc để nếm
- hạt tiêu đen để hương vị

Hướng

a) Đun nóng dầu ô liu trong chảo chống dính. Thêm hành tây, hành lá, tỏi và ớt chuông.

b) Nấu trên lửa vừa cho đến khi mềm và trong nhưng không có màu nâu, khoảng 5 phút, khuấy bằng thìa gỗ.

c) Khuấy trong rau mùi, mùi tây, muối và hạt tiêu. nấu hỗn hợp lâu hơn một hoặc hai phút. Điều chỉnh gia vị, thêm muối và hạt tiêu cho vừa ăn.

d) Chuyển sang lọ thủy tinh sạch. Làm lạnh, nó sẽ giữ được đến 1 tuần.

85. Chà bông heo kiểu Mexico

Năng suất: 1 phần ăn

Nguyên liệu

- 2 muỗng canh cây thì là; đất
- 2 muỗng canh Tỏi; băm nhỏ
- 2 muỗng canh Ngò; tươi, xắt nhỏ
- 2 muỗng canh tiêu đen; mới nứt
- 2 muỗng canh Muối
- 2 muỗng canh giấm trắng
- 2 muỗng canh mù tạt vàng
- 2 muỗng canh ớt jalapeno; băm nhỏ
- 2 muỗng canh dầu ô liu

Hướng

a) Kết hợp tất cả các thành phần và trộn đều. Sử dụng trong vòng hai ngày kể từ khi chuẩn bị.

b) Xoa mông heo với hỗn hợp gia vị và hun khói trong 1 tiếng rưỡi mỗi pound ở 240-250F.

86. Dip rau

Năng suất: 12 phần ăn

Nguyên liệu

- 1 cái ly mayonaise
- 1 cái ly Kem chua
- $\frac{1}{4}$ thìa cà phê Bột tỏi
- 1 muỗng cà phê Mảnh mùi tây
- 1 muỗng cà phê muối tinh
- $1\frac{1}{2}$ thìa cà phê hạt thì là

Hướng

a) Trộn tất cả các thành phần và làm lạnh. Ngày tốt nhất sắp tới.

b) Ăn kèm các loại rau sống: cần tây, cà rốt, dưa leo, ớt chuông, súp lơ...

87. nhúng Vallarta

Năng suất: 16 phần ăn

Nguyên liệu

- $6\frac{1}{2}$ ounce Cá ngừ đóng hộp -- để ráo nước
- 1 Hành lá -- thái lát
- 3 muỗng canh salsa ớt nóng
- 4 muỗng canh mayonaise
- số 8 Nhánh rau mùi, hoặc nếm thử
- Nước cốt chanh hoặc chanh
- muối để hương vị
- khoai tây chiên

Hướng

a) Trong một cái bát, khuấy cùng cá ngừ, hành tây, salsa, sốt mayonnaise và rau mùi. Nêm nếm với nước cốt chanh và muối; điều chỉnh các gia vị khác cho vừa ăn. Ăn kèm với khoai tây chiên.

b) Cắt hành lá thành những đoạn dài 1 inch và cho vào bộ xử lý có gắn lưỡi thép. Thêm nhánh rau mùi và xử lý trong 3 đến 5 giây. Thêm cá ngừ, salsa, sốt mayonnaise, nước cốt chanh và muối; xung một vài lần để kết hợp.

c) Nếm, điều chỉnh gia vị và đập thêm một hoặc hai lần nữa.

d) Lấy ra khỏi tủ lạnh khoảng 30 phút trước khi ăn.

88. Gia vị

Làm 1/3 cốc

Thành phần

- Vỏ khô từ 1 quả chanh (tùy chọn)
- 2 thìa ớt bột
- 1 muỗng canh thì là
- 2 muỗng cà phê muối biển xay mịn
- 2 muỗng cà phê rau mùi
- 1 muỗng cà phê ớt bột
- 1/2 muỗng cà phê tiêu mới xay
- 1/8 muỗng cà phê ớt cayenne (tùy chọn)

Hướng

a) Đây là một bước tùy chọn nhưng ngon miệng, vì vậy tôi khuyên bạn nên làm nó — vỏ 1 quả chanh. Đặt niềm say mê vào một cái đĩa nhỏ trên bậu cửa sổ đầy nắng, sấy khô trong máy khử nước hoặc lò nướng ở nhiệt độ 175°F trong khoảng 10-15 phút cho đến khi hết hơi ẩm.

b) Quăng tất cả các thành phần trong một cái bát cho đến khi trộn đều.

c) Bảo quản ở nơi tối, mát trong hộp thủy tinh kín khí.

89. Salsa cà chua-ngô tươi

LÀM KHOẢNG 2/31 CỐC

Thành phần

- ngô đông lạnh gói 6,10 ounce hoặc
- 4 bắp ngô tươi, cắt từ lõi ngô
- 1 quả cà chua chín lớn, thái hạt lựu
- 1/2 củ hành đỏ vừa, thái hạt lựu nhỏ
- 1 quả ớt jalapeño, bỏ hạt và thái hạt lựu
- 3 muỗng canh giấm balsamic
- 2 muỗng canh húng quế tươi xắt nhỏ
- 2 muỗng canh rau mùi tươi xắt nhỏ
- muối biển để hương vị

Hướng

a) Kết hợp tất cả mọi thứ trong một bát lớn và trộn đều.

b) Để yên trong 1 giờ ở nhiệt độ phòng hoặc trong tủ lạnh để hương vị kết hợp.

90. Guacamole đậu trắng

Làm được khoảng 3 cốc

Thành phần

- 2 cốc đóng gói nhẹ quả bơ chín xắt nhỏ/thái lát
- 1 chén đậu trắng 1/2 muỗng cà phê muối biển
- 2-21/2 thìa nước cốt chanh
- Nước, để mỏng như mong muốn

Hướng

a) Cho bơ, đậu trắng, muối biển, nước cốt chanh và nước vào máy xay thực phẩm hoặc máy xay sinh tố và trộn cho đến khi mịn.

b) Nêm nếm thêm muối và/hoặc nước cốt chanh.

ĐỒ UỐNG

91. Sinh tố xương rồng ít calo

1-2 phần ăn

Thành phần

- 1/2 chén miếng xương rồng đã được làm sạch và thái hạt lựu
- 1 cốc nước cam, nước lựu hoặc một nắm nhỏ nước đá khác

Hướng

a) Rửa kỹ các miếng xương rồng dưới vòi nước lạnh rồi cho chúng cùng nước trái cây và đá vào máy xay sinh tố.
b) Xay cho đến khi hóa lỏng hoàn toàn, 1-2 phút.

92. Atole

4 phần ăn

Thành phần

- 1/2 chén bột mì
- 1/4 muỗng cà phê bột quế
- 1/8 muỗng cà phê muối
- 5 ly sữa không béo hoặc nước
- 4 muỗng canh mật hoa agave
- 1 muỗng cà phê chiết xuất vani

Hướng

a) Cho bột vào nồi lớn cùng với quế và muối.

b) Từ từ khuấy sữa hoặc nước cho đến khi bột hòa tan hoàn toàn.

c) Thêm mật hoa cây thùa và vani, đun sôi và nấu ở lửa nhỏ trong 5 phút, khuấy liên tục để không bị vón cục và dính vào đáy nồi.

93. Champurrado

4 phần ăn

Thành phần

- Atole
- 2 ounce sô cô la hàm lượng 70% cacao

Hướng

a) Thêm sô cô la vào Atole sau khi đun sôi trong 4 phút.

b) Nấu thêm 1 phút, khuấy đều cho đến khi sô cô la tan chảy.

94. Aguas Frescas

4 phần ăn

Thành phần

- 2 cốc trái cây tươi
- 1-2 muỗng canh nước cốt chanh mới vắt 2 cốc nước
- 2-4 muỗng canh mật cây thùa hoặc chất thay thế

đường 1 cốc đá bào

Hướng

a) Xay nhuyễn trái cây, nước cốt chanh, nước và mật hoa cây thùa trong máy xay sinh tố.

b) Lọc vào bình và thêm đá.

95. Horchata de Melon

Khoảng 4 phần ăn mười hai ounce

Thành phần

- 2 muỗng canh nước cốt chanh mới vắt (tùy chọn)
- 1 quả dưa đỏ chín, nặng khoảng 2 pound, thu được khoảng 1 pound quả và hạt nguyên chất, 2-1/2 cốc
- 2-1/2 cốc nước
- 2 muỗng canh mật hoa agave hoặc chất thay thế đường (tùy chọn)
- 1/2 muỗng cà phê chiết xuất vani

Hướng

a) Cho nước cốt chanh, nếu dùng, 1 cốc nước, trái cây và hạt vào máy xay sinh tố và xay nhuyễn. Thêm phần nước còn lại, chất làm ngọt, nếu sử dụng, và vani và trộn để trộn đều.

b) Lọc Horchata vào bình và làm lạnh hoặc phục vụ trên đá.

96. Sangrita

Khoảng 3 cốc

Thành phần

- 2 ớt ancho cỡ trung bình, nướng và bù nước
- 2-1/2 cốc nước cam tươi
- 3-1/2 muỗng canh lựu
- 1 muỗng cà phê muối

Hướng

a) Cho tất cả nguyên liệu vào máy xay sinh tố và xay nhuyễn.
b) Lọc và làm lạnh hỗn hợp trước khi phục vụ.

97. trứng dừa

Năng suất: 1 phần ăn

Nguyên liệu

- 13/16-quét Rum Mexico nhẹ
- Gọt vỏ từ 2 quả chanh; (đã chấm điểm)
- 6 Lòng đỏ trứng
- 1 lon Sữa đặc ngọt
- 2 lon (lớn) sữa bay hơi
- 2 lon Kem dừa; (như Coco López)
- 6 ounce Gin

Hướng

a) Trộn một nửa rượu rum với vỏ chanh trong máy xay sinh tố ở tốc độ cao trong 2 phút.
b) Lọc và cho vào một cái tô lớn. Thêm phần còn lại của rượu rum.
c) Trong máy xay sinh tố, trộn lòng đỏ trứng, cả sữa và rượu gin cho đến khi trộn đều.
d) Đổ $\frac{3}{4}$ hỗn hợp này vào bát với rượu rum. Trộn phần còn lại với nước cốt dừa và trộn đều. thêm vào hỗn hợp rượu rum, trộn đều và làm lạnh.

98. rượu trứng Mexico

Năng suất: 16 phần ăn

Nguyên liệu

- 2 cốc nước
- số 8 que quế
- 6 lòng đỏ trứng lớn
- 3 (12 oz.) lon bay hơi
- 1 cốc sữa
- 2 nước cốt dừa lon
- 3 (14 oz.) lon có đường
- 1 cốc sữa đặc
- 3 chén rượu rum trắng

Hướng

a) Trong một cái chảo 2 lít, đun nước và thanh quế để đun sôi trên lửa lớn. Giảm nhiệt xuống mức trung bình và nấu cho đến khi chất lỏng giảm xuống còn một cốc. Lấy thanh quế ra và để chất lỏng sang một bên để nguội đến nhiệt độ phòng.

b) Trong một cái chảo 3 lít với máy đánh trứng, đánh lòng đỏ trứng và sữa cô đặc cho đến khi trộn đều.

c) Nấu trên lửa nhỏ, khuấy liên tục cho đến khi hỗn hợp đặc lại và phủ lên thìa - khoảng 10 phút.

d) Để qua một bên.

e) Khi chất lỏng hương quế đã nguội, khuấy nước cốt dừa, cho đến khi trộn đều.

f) Trong bát phục vụ, kết hợp hỗn hợp dừa, hỗn hợp lòng đỏ, sữa đặc có đường và rượu rum. Làm lạnh tốt và phục vụ.

g)

99. Mojito Mexico

Năng suất: 2 cốc

Nguyên liệu

- 6 ớt Aji dulce hoặc
- $1\frac{1}{2}$ muỗng canh Ớt chuông đỏ, thái hạt lựu
- $\frac{1}{2}$ Ớt chuông xanh, thái hạt lựu
- 5 Còng tỏi
- xắt nhỏ
- 2 Hẹ, xắt nhỏ
- 1 Cà chua
- bóc vỏ và bỏ hạt
- $1\frac{1}{2}$ muỗng canh nụ bạch hoa, để ráo nước
- $1\frac{1}{2}$ thìa cà phê oregano khô
- $\frac{1}{2}$ cốc Lá rau mùi
- Rửa sạch và bỏ cuống
- $\frac{1}{4}$ cốc bột cà chua
- 2 muỗng canh Dầu ôliu siêu nguyên chất
- 1 muỗng canh nước ép chanh
- Muối và hạt tiêu cho vừa ăn

Hướng

a) Theo truyền thống được dùng làm nước chấm cho khoai tây chiên và chuối xanh nghiền chiên. Nó cũng tuyệt vời để nhúng bánh tortilla và làm nước sốt cocktail hảo hạng cho tôm và các loại hải sản khác.

b) Kết hợp ớt, tỏi, hẹ tây, cà chua, nụ bạch hoa, lá oregano và rau mùi trong một bộ xử lý thực phẩm và xay thành một hỗn hợp nhuyễn mịn. Làm việc trong bột cà chua, dầu ô liu, nước cốt chanh, muối và hạt tiêu.

c) Chuyển sang lọ sạch có nắp không phản ứng. Để ngăn mát tủ lạnh sẽ giữ được 1 tuần.

100. Cappuccino rượu rum Mexico

Năng suất: 1 phần ăn

Nguyên liệu

- $1\frac{1}{2}$ ounce rượu rum đen
- 1 muỗng cà phê Đường
- Cà phê nóng đậm đà
- sữa hấp
- Kem đánh
- bột quế

Hướng

a) Kết hợp rượu rum và đường trong cốc.

b) Thêm cà phê và sữa theo tỷ lệ bằng nhau.

c) Top với kem và quế.

PHẦN KẾT LUẬN

Khi chúng ta đi đến cuối hành trình ẩm thực của mình qua ẩm thực Tex-Mex, chúng tôi hy vọng rằng "Sizzling Tex-Mex: A Culinary Journey through Southwestern Flavors" đã khơi dậy niềm đam mê với phong cách nấu ăn sôi động và ngon miệng này. Xuyên suốt cuốn sách dạy nấu ăn này, chúng tôi đã chia sẻ tình yêu của mình đối với những hương vị đậm đà và cay đặc trưng của Tex-Mex, và chúng tôi hy vọng rằng bạn thích khám phá nhiều công thức và kỹ thuật đa dạng được trình bày.

Ẩm thực Tex-Mex không chỉ là về thức ăn; đó là sự tôn vinh văn hóa, lịch sử và tinh thần sôi nổi của vùng Tây Nam nước Mỹ. Bằng cách kết hợp sự kết hợp giữa truyền thống ẩm thực của Texas và Mexico, chúng tôi đã tạo ra một tấm thảm ẩm thực độc đáo và không thể cưỡng lại đã làm say đắm vị giác trên khắp thế giới. Chúng tôi hy vọng rằng cuốn sách dạy nấu ăn này đã cho phép bạn trải nghiệm di sản văn hóa phong phú và hương vị của món ăn đặc biệt này.

Chúng tôi khuyến khích bạn tiếp tục thử nghiệm các công thức nấu ăn kiểu Tex-Mex, sử dụng kiến thức và kỹ năng thu được từ cuốn sách dạy nấu ăn này làm nền tảng. Đừng ngại thêm dấu ấn cá nhân của riêng bạn và khám phá những hương vị và thành phần mới. Ẩm thực Tex-Mex rất linh hoạt và nó chào đón sự sáng tạo và cá tính.

Hãy nhớ nắm lấy bản chất cộng đồng của việc ăn uống Tex-Mex, vì nó được thưởng thức tốt nhất với gia đình và bạn bè. Hãy quây quần quanh một chiếc bàn đầy món fajitas nóng hổi, salsa cay và bánh tortilla chiên giòn, và tận hưởng niềm vui của những bữa ăn được chia sẻ và những người bạn tốt. Hãy để hương thơm và hương vị đưa bạn đến những cảnh quan ngập tràn ánh nắng của Texas và Mexico, đồng thời tạo ra những kỷ niệm lâu dài sau mỗi lần cắn.

Chúng tôi hy vọng rằng "Tex-Mex nóng hổi" đã truyền cảm hứng cho bạn bắt tay vào cuộc phiêu lưu ẩm thực của riêng mình và nó đã tiếp thêm sức mạnh để bạn tự tin tái tạo những món ăn đậm đà và khó cưỡng đã khiến ẩm thực Tex-Mex trở nên được yêu thích. Cảm ơn bạn đã tham gia cùng chúng tôi trên hành trình này và chúc những nỗ lực nấu nướng trong tương lai của bạn sẽ tràn ngập những món ăn ngon và hấp dẫn của ẩm thực Tex-Mex. ¡ Buen chứng minh!

www.ingramcontent.com/pod-product-compliance
Lightning Source LLC
LaVergne TN
LVHW010951061026
849535LV00006B/1674
* 9 7 8 1 8 3 5 0 0 9 1 0 9 *